ஓ மனிதா

விந்தன்

Title: Oh Manitha

Author: Vindhan

Language: Tamil

First Published on: 1986

Year of Publication: 2024

Book Format: Paperback

*Page Size: 6inch * 9inch*

Category: Essays

Subject: Fictional Essays

No. of pages: 136

ISBN: 978-81-983966-5-5

Published by: Nilan Publishers, Madurai, Tamilnadu, India

பொருளடக்கம்

பதிப்புரை..4

ஓ,மனிதா!..8

1. கரிச்சான்குருவி கேட்கிறது....................................8

2. கழுதை கேட்கிறது..14

3. மயில் கேட்கிறது...20

4. குரங்கு கேட்கிறது..26

5. கொக்கு கேட்கிறது..30

6. மாடு கேட்கிறது..36

7. ஆந்தை கேட்கிறது..44

8. ஆடு கேட்கிறது...49

9. சிட்டுக்குருவி கேட்கிறது......................................56

10. பைரவர் கேட்கிறார்...62

11. கோழி கேட்கிறது...69

12. நரி கேட்கிறது...75

13. கிளி கேட்கிறது..82

14. கீரி கேட்கிறது...88

15. குயில் கேட்கிறது...96

16. யானை கேட்கிறது..104

17. காகம் கேட்கிறது...110

குறிப்புகளுக்காக

பதிப்புரை

ஓ, மனிதா!—ஒரு முன்னோட்டம்.

'நான் எழுதத் தொடங்குவதற்கு முதற் காரணம் அழுத்திக் கொல்கிற சாரமற்ற வாழ்க்கை என்னை நிர்ப்பந்திப்பது; இரண்டாவது காரணம் என்னுள் காட்சிக்கருத்து வடிவங்கள் நிறைந்திருப்பதால் என்னல் எழுதாமல் இருக்க முடியவில்லை' என்கிறார் மார்க்சிம் கார்க்கி. இதே நிலைதான் நமது 'விந்தன்' எழுத்தாளன் ஆன கதையும்.

மெத்தப் படித்த மேதா விலாசத்தினாலோ, கற்பனை கரைபுரண்டு ஓடியதாலோ, தமக்கு எல்லாம் தெரியும் என்கிற ஞானப் பேரொளியினலோ, 'தமிழ்' பணம் புரட்டும், சுரண்டும் ஒரு கருவி என்பதாலோ, இல்லை பொழுது போக்குக்காகவோ விந்தன் தம் எழுதுகோலை எடுக்கவில்லை. இலக்கியம் படைத்து இறவாப் புகழ் எய்த வேண்டும் என்றும் நினைத்ததில்லை. பிறர் பாராட்ட வேண்டும், பரிசுகள் பல பெற வேண்டும் என்று படைப்பாற்றல் 'பணி'யினைத் தொடங்கவில்லை.

மாறாக அன்பற்ற மனிதர்கள் ஒருவரை ஒருவர் பிழிந்தெடுக்கப்படுவதையும், சுரண்டப்படுவதையும் கண்ணாரக் கண்டார். உண்மையின் பேரால் உலகில் நூற்றுக்குத் தொண்ணூற்றைந்து பேர் பொய் புனைசுருட்டில் தம் வாழ்வை நடத்தி நாகரிகமானவர்கள், உயர்ந்தவர்கள் ஆன்றவிந்தடங்கிய சான்றோர்கள் என்று போலிகளாக வாழ்வதை, சிலர் வாழ, பலர் வதைபடுவதை உணர்ந்தார். அந்த உணர்வின் விளைவே அவரின் அனைத்து எழுத்துகளும்.

எழுதத் தெரியும் என்பதனால் எழுத்தைத் தொழிலாக்கிக் கொண்ட வேட்கை அவரிடத்தில் எள்ளு மூக்கு அளவும் கிடையாது. வெறும் திறமையை நம்பியவர் அல்லர், அவர்.

தம் வாழ்வையும் தம் ஊர், நாடு, உலகின் வாழ்வையும் நன்கு புரிந்திருந்ததால் அவரால் எழுதாமல் இருக்க முடியவில்லை. உண்பதற்கு உழைப்பு எவ்வளவு தேவையோ அவ்வளவு தேவை வாழ்வுப் பசியுடையவர்களுக்காக விந்தனின் எழுத்தும் தேவைப்பட்டது. அதுவே அவர் படைப்பு.

''விந்தன்'' தம்மை ஒத்த மக்களுக்காகவும் தாம் வாழ்ந்த வருங்காலத்திற்காகவும், தமது கடமை என்ன என்பதைச் சமுதாயப் பொறுப்புடனும் எழுதினார். தனது கடமையையும் மனச்சான்றையும் அன்புக்கும், உண்மைக்கும் உடமையாக்கினார்.

வாழ்க்கையின் ஒளி மிகுந்த மகிழ்ச்சியான கூறுகளைத் தெரிந்து கொண்டிருப்பது போலவே அதன் தூசும் மாசும் படிந்த இருளடர்ந்த கூறுகளையும் தெரிந்து வைத்திருந்தார். அவருடைய பட்டறிவும், நுகர்வறிவும் ஆழ்ந்து பரந்து உயர்ந்திருந்தன. அதனால் அவரின் எழுத்து வடிவம் ஓங்கி விரிந்த பார்வையுடன் இருந்தது.

மக்களிடையில் உயர்ந்த உணர்ச்சிகளை வளர்ப்பது, அநீதியை வெறுக்கும் உணர்வை ஊட்டுவது, மனிதாபிமானத்தை உயர்த்துவது, மனிதனை மனிதனாக வாழத்துரண்டுவது போன்றவையே விந்தன் எழுத்தின் உந்தாற்றல்கள்.

எல்லோருடைய அறியாமைக்கும் அங்குசம் நகைச்சுவையே என்று தெரிந்து புரிந்து கையாண்டு, வெற்றியும் பெற்றவர் விந்தன்.

விலங்குகளையும், பறவைகளையும் வைத்துக் கதையில் நீதி புகுத்துவது பஞ்ச தந்திரக் கதைகளிலும், கீதோபதேசக் கதைகளிலும், ஈசாப்புக் கதைகளிலும் உண்டு. ஆனால் அந்த நீதிக் கதைகளில் காணாத குத்தல், கிண்டல் ஆகியவை நீறு பூத்த நெருப்பாக இல்லாமல் வீறுகொண்டெழுந்த அக்கினிப்

பிழம்பாக விளங்குவதே ‘ஓ, மனிதா!’ கட்டுரைக் கதைகள். இல்லை; அவை கதைக் கட்டுரைகள்.

மனிதப் பண்பின் உயிரோட்டமே இந்தப் பதினேழு கனலோவியங்கள், சமூக வாழ்வின் குற்றம் குறைகளையும், சூன்யம் தொல்லைகளையும் வண்ணங்களாகக் கொண்டு பிறர் தொட முடியாத வாழ்வுச் சித்திரத்தைத் தீட்டியுள்ளார். இதன் கண் பரந்த பட்டறிவின் கரு உள்ளது. பயின்ற ஓவியரின் நுண்ணிய தெளிவும் விரிந்த அறிவும் உள்ளன. எண்ணத்தின் வண்ணப் பார்வை உள்ளது. இலட்சியத்தின் உண்மை நோக்கு உள்ளது. அனைத்தினும் மேலாக அன்பு வாழ்வின் கலைநயம் தலைதூக்கி நிற்கிறது.

தம்முடைய எழுத்துக்களில் சுறுசுறுப்பையும் உயிர்த்துடிப்பையும் காட்டுகின்ற தமிழ் எழுத்தாளர்கள் ஒரு சிலரே. எல்லாம் நன்மைக்கே என்கிற கோட்பாட்டில் உண்மையும் நன்மையும் இல்லையென்று தெரிந்தவர் விந்தன். வாழ்க்கையில் ஏற்படும் ஏமாற்றங்களையும், தோல்விகளையும், துயரங்களையும் முட்டுக் கட்டைகளையும் அவரால் ‘நன்று’ என்று கருத முடியவில்லை, ஆகவே அவருடைய எழுத்துப் பண்பு வாழ்க்கையைச் சற்றே போராட்டமாக்கிப் புரட்சி செய்வதுதான்.

சுருக்கமாகச் சொன்னால் மனிதன் பேசும் ஆற்றல் படைத்திருப்பது தன் கருத்துகளை மறைப்பதற்காகவே என்பது தெரிந்தே, பேசாத உயிரினங்களைப் பேசவிட்டிருக்கிறார், சராசரி மனிதனிடத்தில் ஆழப்பதிந்துள்ள உணர்ச்சிகளைத் தேடிக் கொணர்ந்து தருகிறார். தீவிரமான மனவெழுச்சிகளைக் கடைந்தெடுக்கிறார்.

கற்றவர் நெஞ்சில் கனலை மூட்டுவதற்கும், மூளைப் புறணிகளில் விழிப்பினை ஊட்டுவதற்கும், நடப்பியல்

உலகை எடுத்துக் காட்டுவதற்கும், வேடிக்கை மனிதரின் சிறுமைகளை ஓட்டுவதற்கும் எழுத்துப் புரட்சியும், நகைச் சுவைச் சாட்டையும் எடுத்துக் கொண்ட விந்தனுக்கு நிகர் விந்தனே.

உலகம் என்ற சாணையில் விந்தன் என்ற மனிதன் ஒரு கத்தி. வாழ்க்கை என்ற உலைக் கூடத்தில் விந்தன் ஒரு நெருப்பு. சிந்திப்பவர்க்கு உள்ளத்தின் விளக்கு.
விந்தன் அவர்கள் 'ஓ, மனிதா!' தொடரைத் தினமணி கதிரில் தொடர்ந்து எழுதினார். அவை தமிழக மக்களால் விரும்பிப் படிக்கப்பட்டன. அதையே தற்போது நூல் வடிவாக்கியிருக்கிறோம். மாறுபட்ட கோணத்தில் காட்சியளிக்கும் இதையும் மக்கள் ரசிப்பார்கள் என்பது எங்களது திடமான எண்ணம்.

பிரசுரத்தார்.

1. கரிச்சான்குருவி கேட்கிறது

'உண்மையே கடவுள்' என்றார் காந்தி. அவருடைய மனமாற்றத்துக்குப் பெரிதும் காரணமாயிருந்த அரிச்சந்திரன் அதற்காகத் தன்னை மட்டுமல்ல; தன்னுடைய நலன்கள் அனைத்தையுமே தியாகம் செய்தான் கதையில்!

வாழ்க்கையில்?—அப்படி ஒருவன் இருந்தானா, இருந்தாலும் அந்தக் கதைப்படி அவன் வாழ்ந்தானா?— தெரியவில்லை.

ஆனால் ஒன்று மட்டும் நிச்சயமாகத் தெரிகிறது—இன்று உங்களில் யாரும் யாரையும் உண்மை சொல்ல விடுவதில்லை.

ஏன்?—அதுவும் ஒரு கலை, 'வாழ்க்கைக் கலை' என்கிறீர்கள்!

தப்பித் தவறி உங்களில் யாராவது ஒருவன் உண்மை சொல்லிவிட்டால் என்ன நடக்கிறது?— "இங்கிதம் தெரியாதவன்", "பண்பாடில்லாதவன்", "பிழைக்கத் தெரியாதவன்", "அசடு"– இப்படி எத்தனையோ பட்டங்களை அவன் ஏற்க வேண்டியிருக்கிறது.

சுருங்கச் சொன்னால் நீங்கள் கடைப்பிடிக்கும் நாகரிகமே பொய்க்குப் புதுப் புதுப் பெயர் சூட்டி மகிழ்வதுபோல் தோன்றுகிறது!

இருந்தாலும் இந்த நாட்டில் உண்மை போன்ற உபதேசங்கள் இன்று நேற்றல்ல; எத்தனையோ நாட்களாக எத்தனையோ வருடங்களாக எத்தனையோ யுகங்களாக செய்யப்பட்டு

வருகின்றன. மனிதனும் அவற்றைச் செவிமடுத்தே வந்திருக்கின்றான்.

பலன்?—அந்த உபதேசங்களை விதம் விதமான புத்தகங்களாக வெளியிட்டும் உபதேச கர்த்தாக்களின் திரு உருவங்களைச் சிலைகளாக வடித்தும், வண்ணப் படங்களாக அச்சிட்டும் விற்று, அவற்றால் கிடைத்த லாபத்தைக காதும் காதும் வைத்தாற் போல் தன் சட்டைப் பையில் போட்டுக் கொள்வதோடு சரி!

மாறுதல்? — புறத்தில்தான் காணப்படுகிறதே தவிர, அகத்தில் காணப்படவில்லை. இருந்தாலும் உபதேசம் செய்வது நின்றதா? இல்லை; தொடர்ந்தது.

''அறஞ் செய விரும்பு'' என்றாள் அவ்வை; மனிதன் அதைத் தவிர மற்றவற்றையெல்லாம் செய்து கொண்டிருக்கிறான்.

''அச்சம் தவிர்'' என்றார் பாரதியார்; மனிதன் அதைத் தவிர மற்றவற்றையெல்லாம் தவிர்த்துக் கொண்டிருக்கிறான்! இந்த நிலையில் 'வாயில்லாப் பூச்சி'யான நான், 'வாயுள்ள பூச்சி'களான உங்களுக்கு எந்தவிதமான உபதேசங்களையும் செய்ய விரும்பவில்லை; செய்யவும் கூடாது; செய்வதிலும் பலனில்லை. ஆனால் ஒன்றை மட்டும் இங்கே நான் சொல்லிவிட வேண்டும். அதாவது, இந்தக் கட்டுரைத் தொடரில் நாங்கள் சொல்லப்போவது அத்தனையும் உண்மை. இதை எதற்காகச் சொல்கிறேன் என்றால், இதையாவது நம்பவேண்டுமே என்பதற்காக.

சில சமயம் உங்களிடையே நாங்கள் காணும் சில காட்சிகள் எங்களுக்கு வேடிக்கையாகவும் இருக்கின்றன. வேதனையாகவும் இருக்கின்றன. அவற்றை உங்களிடம் சொல்லி அதனால் ஏற்படும் ரசானுபவங்களை உங்களுடன் சேர்ந்து அனுபவிக்கவேண்டுமென்பதே எங்கள் நோக்கம்.

கதையைக் கேளுங்கள்: நான் இருக்கும் சோலையை ஒட்டி ஒரு தெரு. தெரு என்றால் 'மேட்டுக் குடிமக்கள்' வசிக்கும் தெரு, அந்தத் தெருவின் இரு மருங்கிலும் வரிசை வரிசையாக வீடுகள். ஒரு நாள் நடுப்பகல். "ஐயோ, திருடன்! திருடன்!" என்று கத்திக் கொண்டே ஒரு பெண் தன் வீட்டை விட்டு வெளியே ஓடி வந்தாள். அவளுக்கு முன்னால் பெரிய மனிதர் வீட்டுப் பிள்ளை போல் தோற்றமளித்த ஒருவன் கையில் சூட்கேசுடன் விறுவிறுவென்று கடந்து கொண்டிருந்தான். "ஐயோ, அவன் தான். திருடன்! அவனைக் கொஞ்சம் பிடியுங்களேன்! அவர் கூட வீட்டில் இல்லையே" என்று அக்கம் பக்கத்தாரைப் பார்த்துக் கெஞ்சிக் கொண்டே அவனைத்தொடர்ந்து ஓடினாள் அவள். அதற்குள் அங்கே ஒரு சிறு கூட்டம் சேர்ந்தது. அந்தக் கூட்டத்தைக் கண்டதும் அவன் கையிலிருந்த பெட்டியைக் கீழே வைத்துவிட்டுச் சட்டென்று ஒரு கத்தியை எடுத்துக்காட்டி, ஜாக்கிரதை கிட்டவந்தால் குத்திவிடுவேன்!" என்றான். அவ்வளவுதான்; அடுத்த கணமே அவனை 'அம்போ' என்று விட்டுவிட்டுக் கூட்டம் கலந்து விட்டது. எல்லோரும் அவரவர்கள் வீட்டுக்குள் ஓடித் தெருக்கதவைப் படாரென்று அடித்துச் சாத்தித் தாளிட்டுக் கொண்டு விட்டார்கள்.

ஆகா! இந்த மேட்டுக் குடியினருக்குத்தான் என்ன வீரம்! என்ன வீரம்!

இப்படி ஓடி ஒளிந்தவர்களில் வீரத்துக்குப் பேர் போன சேர நாட்டார் உண்டு; சோழ நாட்டார் உண்டு; பாண்டிய நாட்டார் உண்டு, பல்லவ: நாட்டாரும் உண்டு.

எதிரியைச் சிங்கமென எதிர்த்து நின்ற அந்த மாவீரர்களின் வழித்தோன்றல்களா இந்தச்சுண் டெலிகள்!

"தெருக் கதவைத் தாளிட்டு விட்டோமா?" என்று: ஒரு முறைக்கு இருமுறையாகப் பார்த்துவிட்டு ஒரு சுண்டெலி சொல்கிறது; "என்ன ஜனநாயகம் வேண்டி கிடக்கின்றது?

இந்த ஜனநாயகத்திலே! ஜனங்களுக்குப் பாதுகாப்பே இல்லை. வெள்ளைக்காரன் காலத்திலே இப்படியா இருந்தது? நாளைக்காகட்டும். 'ஆசிரியருக்குக் கடித'த்திலே தீட்டுத் தீட்டென்று: தீட்டி விடுகிறேன்!'' இன்னொரு சுண்டெலி சொல்கிறது: ''போலீசுக்குப் போன் செய்யலாமென்று போனேன். அதற்குள் கத்தியைத் தூக்கிவிட்டானே!''

இவர் புகழ் பெற்ற அரசியல் வாதிகளில் ஒருவர். அடிக்கடி 'ரத்தம் சிந்துவதைப் பற்றி'யே வீராவேசமாகப் பேசுவார். அன்றைக்கு முதல் நாள் கடந்த ஒரு கூட்டத்தில் இவர் பேசிக் கொண்டிருந்த போது ஒரு சிறுவன் இவருக்குப் பின்னாலிருந்த மாமரத்தின் மேல் மாங்காய்க்காகக் கல்லை விட்டெறிய, அந்தக்கல் தவறி இவருடைய நெற்றிப் பொட்டில் பட்டு ரத்தம் கசிய, பழியை எதிர்க் கட்சிக்காரன் தலையில் போட்டு, உடனே தன்னைப் போட்டோ எடுக்கச் சொல்லி, அதை அடுத்த தேர்தலுக்குரிய வண்ணப்போஸ்டர்களில் ஒன்றாக்கிக் கொண்டவர். அத்துடன் இல்லாமல ரத்தக் கறை படிந்த அந்தக் கல்லை இவர் ஏலத்துக்கு விட, அதை ஒரு புத்திசாலி நூறு ரூபாய்க்கு ஏலம் எடுக்க, அந்தத் தொகையைக் கட்சிக்காகக் கொடுத்தவர். இத்தகையவர்கூட 'வண்ணப் போஸ்டருக்காக, கட்சி நிதிக்காக ரத்தம் சிந்தினாலும் சிந்துவேனே தவிர, ஓர் அபலைப் பெண்ணுக்காக ஒரு துளி ரத்தம் கூடச் சிந்தத் துணிய மாட்டேன், போன் செய்யத்தான் போவேன்!' என்றால் வேடிக்கையாக இல்லையா இது? வேதனையாக இல்லையா இது?

விழுப்புண் படாதநாள் எல்லாம் வழுக்கினுள்
வைக்கும் தன்காளை எடுத்து

என்ற குறளில், ''தன் உடம்பில் விழுப்புண் படாத நாட்களையெல்லாம் வீணான நாட்கள் என்று வீரன் நினைப்பான்'' என்கிறாரே வள்ளுவர், அந்தக் குறளே மேடைக்கு மேடை எடுத்துச் சொல்வதோடு, கண்ட கண்ட

இடத்திலெல்லாம் எழுதி வைப்பதோடு உங்கள் வீரம் நின்று விடுகிறதே, ஏன் சுவாமி.

உங்கள் இனத்தில் இருப்பது போலவே எங்கள் இனத்திலும் திருடர்கள் உண்டு.

அதிலும் இந்தக் காகம், இருக்கிறதே காகம், அது பொல்லாத திருடு, கொஞ்சம் ஏமாந்தால் போதும்; எங்கள் கூட்டில் புகுந்து முட்டை, குஞ்சு ஆகியவற்றையெல்லாம் திருடிக் கொண்டு போய்த் தின்று தீர்த்துவிடும்.

என்னைப் பார்த்திருக்கிறீர்களா நீங்கள்?—என் பெயர் கரிச்சான் குருவி. காவல் பறவை இனத்தைச் சேர்ந்தவன். என்னை அண்டி எத்தனையோ பறவைகள் வாழ்வது உண்டு. அவற்றில் ஏதாவது ஒன்று காகத்தைக் கண்டு குரல் கொடுக்க வேண்டியதுதான் தாமதம், விரைந்து சென்று அதை நான் விரட்டு விரட்டு என்று விரட்டவில்லையா?

இத்தனைக்கும் உருவத்தில் காகம் என்னைவிடப் பெரிது. இருப்பினும் ஒரு துணிவு; சகப்பறவைகளை எப்படியும் காக்கவேண்டுமென்ற ஓர் உறுதி—இவை இரண்டுமே அத்தகைய சக்தியை எனக்குக் கொடுக்கின்றன. அதைக் கொண்டு மிகச் சிறிய உருவத்தைப் பெற்றிருக்கும் நின் மிகப் பெரிய பறவையான காகத்தை மட்டுமல்ல—வைரி, வல்லூறு போன்ற, பறவைகளைக் கூட எதிர்த்து நிற்கிறேன். ஓ, மனிதா! எனக்குள்ள இந்தத் தைரியமும் தன்னம்பிக்கையும் உனக்கு ஏன் இல்லை?

"அவை இரண்டும் தவிர மற்றவை எல்லாம்தான் எங்களிடம் இருக்கிறதே!" என்கிறாயா?—ரொம்ப சரி.

2. கழுதை கேட்கிறது

இன்று 'கழுதை, கழுதை' என்று உங்களால் இகழப் பட்டாலும், ஒரு காலத்தில் மன்னாதி மன்னர்களால் கூட மதிக்கப்பட்டு வந்த ஜீவன் நான்.

அந்த நாளில் ஒட்டகங்களுக்கு இருந்த கவுரவம் எங்களுக்கு இருந்தது.

அப்போதிருந்த மன்னர்களில் பலர் எங்கள் மேல் படைக்கலன்களை ஏற்றி, எங்களையும் போர்க்களங்களுக்கு அழைத்துச் சென்றார்கள்.

தங்களால் வெல்லப்பட்ட பகைவர் நிலங்களில் எங்களை வைத்து ஏர்பூட்டி உழுது, வரகும் கொள்ளும் விதைத்துத் தங்கள் வஞ்சத்தைத் தீர்த்துக் கொண்டார்கள்.

அந்தப் பெருமையெல்லாம் போய், இன்று உங்களால் மிகவும் கேவலமாக மதிக்கப்படும் ஜீவன்களில் ஒன்றாக நானும் ஆகிவிட்டேன்.

என் பெயர், தோற்றம், குரல் எல்லாமே உங்களுடைய நகைச்சுவைக்கு உரியனவாகிவிட்டன.

உங்களைப் பார்த்து என்னுள் சிரிக்க முடியாமல் இருப்பதால்தானே என்னவோ, என்னைப் பார்த்து நீங்கள் 'சிரியோ சிரி' என்று சிரித்துக் கொண்டிருக்கிறீர்கள். "போடா, கழுதை!" என்று மகனைச் செல்லமாகத் திட்டுவதற்கு மட்டுமா, "போடி, கழுதை!" என்று மனைவியை ஆசையோடு கொஞ்சுவதற்குக்கூட நான்தான் கிடைக்கிறேன் உங்களுக்கு.

உங்களுக்கு பிடிக்காத அரசியல்வாதிகள், சங்கீத வித்வான்கள் ஆகியோரையெல்லாம் நீங்கள் என்னை வைத்தே கலாட்டா செய்து வருகிறீர்கள்.

அம்மம்மா! என்னை வைத்து நீங்கள் கட்டியிருக்கும் கதைகள்தான் எத்தனை எத்தனனை!

அவற்றில் ஒரு கதை இன்றும் என் நினைவில் பசுமையாக இருக்கிறது.

சலவையாளன் ஒருவன்—இன்றுதான் அவனை விட்டால் எங்களுக்கு வேறு கதி கிடையாது, எங்களை விட்டால் அவனுக்கும் வேறு கதி கிடையாது' என்று ஆகிவிட்டதே! — அவன் வீட்டில் என்னைப் போன்ற கழுதை ஒன்று இருக்கிறது. அந்தக் கழுதையுடன் ஒரு நாயும் இருக்கிறது. ஒருநாள் இரவு திருடன் ஒருவன் அவன் வீட்டுக்குத் திருட வருகிறான். அப்போது நாய்க்கு நல்ல தூக்கம்; திருடன் வந்ததைக் கூடக் கவனிக்காமல் அது அயர்ந்து தூங்கிக் கொண்டிருக்கிறது—சதா மனிதனுடன் பழகிக் கொண்டிருக்கும் கழுதைதானே? அவனைப் போலவே அதுவும் யார் எப்படிப் போனால் நமக்கென்ன? என்று சும்மா இருந்திருக்கக் கூடாதா?—போதாத காலம், 'அசட்டு நாய் இப்படித் தூங்குகிறதே! எஜமான் வீட்டுச் சொத்தெல்லாம் கொள்ளை போகிறதே! இதன் விசுவாசம் இவ்வளவுதானா?' என்று நினைத்து நாய்க்குப் பதிலாகத் தானே எஜமானைத் தூக்கத்திலிருந்து எழுப்பத் துணிந்து 'அக்கக்கே, அக்கக்கே' என்று குரல் கொடுக்கிறது. அவ்வளவுதான்; எஜமானுக்கு வந்துவிடுகிறது கோபம். துள்ளி எழுகிறான்; மூலையில் சாத்தி வைத்திருந்த கழியை எடுக்கிறான்; எதிர்த்தாற் போலிருந்த கழுதையை 'அடியோ அடி' என்று அடித்து நொறுக்கிவிடுகிறான்.

இந்த விஷயத்தில் கரடியும் மனிதனும் ஒன்று. தான் தூங்கும்போது யார் தன்னை வேட்டையாட முயன்றாலும்

விழித்தெழுந்த கரடி, 'யார் அந்த வேட்டையாளன்?' என்பதைப் பற்றிக் கொஞ்சங்கூடக் கவலைப்படாதாம்; அந்தச் சமயம் எந்தப் பிராணி தன் கண்ணில் படுகிறதோ, அந்தப் பிராணியைப் 'பிறாண்டு, பிறாண்டு' என்று பிறாண்டி எடுத்து விடுமாம்.

இத்தகைய 'சிறப்பான குணத்'தைத் தானும் கொண்டிருக்கும் பெருமையில் பூரித்துப் போயிருக்கும் மனிதன் மேற்படி கதையின் மூலம் இந்தப் பரந்த உலகத்துக்குப் போதிக்கும் மிகப் பெரிய நீதி என்ன? யார் எப்படிப் போனாலும் அதைப் பற்றி நீ கவலைப் படாதே, "அவரவர்கள் வேலையை அவரவர்கள் செய்யட்டும் என்று நீ பாட்டுக்கு உன் வேலையைப் பார்த்துக்கொண்டு சும்மா இருந்துவிடு!" என்பதே!

இதைச் சொல்லும்போது இந்த நீதிக்கு விரோத மாக அண்மையில் நிகழ்ந்த நிகழ்ச்சியொன்று நினைவுக்கு வருகிறது.

சாலையில் ஒரு விபத்து. அந்த விபத்தில் சிக்குண்ட ஒருவர் குற்றுயிராகக் கீழே விழுந்து கிடக்கிறார். அந்த வழியாக எத்தனையோ பேர் வருகிறார்கள்; போகிறார்கள், அவர்களில் படித்தவர்கள் உண்டு; பக்திமான்களும் உண்டு. தொண்டர்கள் உண்டு; தலைவர்களும் உண்டு. அவர்களில் ஒருவராவது அந்த விபத்துக்குள்ளான மனிதரைப் பற்றிக் கவலை கொள்ளவில்லை; 'யார் எப்படிப் போனால் நமக்கென்ன, நம்முடைய வேலையை நாம். பார்ப்போம்' என்று பேசாமல் போய்விடுகிறார்கள். கடைசியாகக் கூலி வேலை செய்யும் பெண் ஒருத்தி அந்த வழியே வருகிறார். குற்றுயிராகக் கீழே விழுந்து. கிடக்கும் மனிதரைப் பார்க்கிறாள். 'யார் எப்படிப் போனால் நமக்கென்ன, நம்முடைய வேலையை நாம் பார்ப்போம்' என்று அவள் போய்விடவில்லை; 'போலீசார் வரட்டும்; ஆம்புலன்ஸ் வரட்டும்' என்றும். அவள் காத்திருக்கவில்லை. விபத்துக்குள்ளானவரை உடனே ஒரு

டாக்சியில் ஏற்றி மருத்துவமனைக்குக் கொண்டு போகிறாள்; அதற்காகத் தன்னிடமிருந்த ஒரே சொத்தான மூக்குத்தியை மார்வாடிக் கடையில். 'அடமானம்' வைத்துச் செலவழிக்கிறாள். அதன் காரணமாக விபத்துக்குள்ளானவர் பிழைக்கிறார். இந்தச் செய்தி 'ஆன்மிக வழியிலாவது மனிதனை மனிதனாக, வாழ வைக்கப் பார்ப்போம்' என்று அல்லும் பகலும் அனவரதமும் முயன்று கொண்டிருக்கும் காமகோடி, பீடம் சங்கராச்சாரிய சுவாமிகளின் காதில் விழுகிறது. அவர் அவளை அழைத்துக் கவுரவிக்கிறார்; நீர்க்குடம் ஒன்றைப் பரிசாக அளித்து மகிழ்கிறார். மற்றவர்கள்?

உண்மையில் பாராட்டு விழா நடத்துவதாயிருந்தால் அவளுக்கல்லவா நடத்த வேண்டும்? பொன்னாடை போர்த்துவதாயிருந்தால் அவளுக்கல்லவா போர்த்த வேண்டும்? பொற்கிழி அளிப்பதாயிருந்தால் அவளுக்கல்லவா அளிக்கவேண்டும்? சிலை எடுப்பதாயிருந்தால் அவளுக்கல்லவா எடுக்க வேண்டும்?

எங்கே செய்கிறார்கள்? அவர்களுக்குத்தான் அவர்களுக்கு அவர்களே பாராட்டு விழா நடத்திக் கொள்ள, அவர்களுக்கு அவர்களே பொன்னாடை போர்த்திக் கொள்ள, அவர்களுக்கு அவர்களே பொற்கிழி அளித்துக் கொள்ள, அவர்களுக்கு அவர்களே சிலை எடுத்துக் கொள்ளவே நேரம் போத மாட்டேன் என்கிறதே!

நான் வசிக்கும் தெருவில் ஓர் அதிகாரி இருக்கிறார். அவர் கண்ணில் ஒரு மாட்டு வண்டி பட்டுவிட்டால் போதும், ஓடோடி வந்து வண்டியை நிறுத்தி நுகத்தடியைத் தூக்கிப் பார்ப்பார்; மாட்டின் கழுத்தில் புண்ணிருந்தால் உடனே அந்த வண்டிக்காரன் மேல் வழக்குப் போடுவார்; நீதிமன்றத்தில் அவனை அபராதம் கட்ட வைப்பார். இந்த ஜீவகாருண்ய சேவையை அவர் மனிதாபிமானத்துக்காகச் செய்வதாக நீங்கள் நினைத்துவிடப்போகிறீர்கள், அப்படியெல்லாம்

ஒன்றுமில்லை. என்ன இருந்தாலும் அவரும் உங்களைப் போன்ற மனிதரல்லவா? சர்க்காரிடம் சம்பளம்வாங்கிக் கொண்டே அந்தச் சேவையைச் செய்து வருகிறார்!

இத்தகையவர் பொழுது விடிந்தால் போதும், ஜன்னல் வழியாக வந்து விழும் செய்திப் பத்திரிகையை எடுத்துப் பிரிப்பார்; கிழக்கு வங்கத்தில் பத்து 'லட்சம் பேர் சாவு' என்று 'உற்சாக'மாகப் படிப்பார்.
அடுத்த நிமிடம் அவருடைய பார்வை அடுக்களைப் பக்கம் திரும்பும்; "என்னடி, காப்பி இன்னும் போட லையா? 'ஏ ஒன்'னாப் போட்டுக் கொண்டுவா!" என்பார். ஆமாம், செத்துப் போன அந்தப் பத்து லட்சம் பேருக்காக அவர் அன்றைக்கு மட்டும் 'ஏ டு' காப்பி குடிக்கக் கூடத் தயாராயிருப்பதில்லை.

காப்பி வரும். "இன்று இட்லிக்கு என்ன சட்னி?" என்பார்; "தேங்காய்ச் சட்னி" என்று பதில் வரும்.

"ஒரு நாளைப் போலத் தேங்காய்ச் சட்னியா? இன்றைக்குக் கொத்தமல்லி கொத்சு பண்ணக் கூடாதோ?" என்பார் நாக்கைச் சப்புக் கொட்டிக் கொண்டு.

ஆமாம், செத்துப்போன அந்தப் பத்து லட்சம் பேருக்காக 'ஆர்டினரி சட்னி'யான தேங்காய்ச் சட்னியையா அன்றைக்கும் தொட்டுக் கொள்வது? 'ஸ்பெஷல் கொத்தமல்லி கொத்சு' தொட்டுக் கொள்ள வேண்டாமோ?

இவற்றுடன் இன்னொன்றையும் இங்கே நான் சொல்லிவிட வேண்டும்— அவர் மாட்டுக்கு இரக்கம் காட்டுகிறார் என்றால், அதற்காக சர்க்கார் அவருக்குச் சம்பளம் கொடுக்கிறார்கள்; மனிதனுக்கு இரக்கம் காட்டினால் அவருக்கு யார் சம்பளம் கொடுக்கப் போகிறார்கள்?— உங்களுக்குத்தான் எதையும் சம்பளத்தோடு கிம்பளமும் வாங்கிச் செய்தே பழக்கமாகிவிட்டதே!

“ஓ, மனிதா! இந்த லட்சணத்தில் வாழும் உங்களை எத்தனையோ மகான்கள் இதுவரை எத்தனையோ வகையில் மனிதனாக்க முயன்றிருக்கிறார்கள். கடைசியாக அந்த வகையில் முயன்று பார்த்தவர் மகாத்மா—தம்முடைய அரசியல்வாரிசாக நேருஜியைத் தேர்ந்தெடுத்த அவர், ஆன்மிக வாரிசாக வினுாபாஜியைத் தேர்ந்தெடுத்தார். அந்த வினோபாஜி, “கிழக்கு வங்கத்தில் பத்து லட்சம் பேர் மடிந்தால் மடியட்டும். எனக்கு எங்கே ‘ஏ ஒன்’ காப்பி? எனக்கு எங்கே ‘ஸ்பெஷல் கொத்தமல்லி கொத்சு?’ என்று கேட்கவில்லை; 'இந்தச் செய்தியைக் கேட்கும் போதே என் நெஞ்சு வலிக்கிறது; இதயம் துடிக்கிறது. இந்த நிலையில் உணவாவது, உறக்கமாவது? அருள் கூர்ந்து என்னை உண்ணாவிரதம் இருக்கவிடுங்கள்” என்று தம் சகாக்களை வேண்டிக்கொண்டு உண்ணாநோன்பு இருக்க ஆரம்பித்துவிட்டார்.

அந்த மாமனிதருக்கு, விபத்தில் சிக்குண்ட மனிதரின் வேதனையைத் தன்னுடைய வேதனையாக எண்ணிகை கொடுத்த பெண்ணுக்கு வேண்டுமானால் என்னைக் கழுதை! என்று இகழ, என்னே வைத்துக் கதைகட்ட, என்னைப் பார்த்துச் சிரிக்க அருகதை இருக்கலாம்; மற்றவர்களுக்கு என்ன அருகதை இருக்கிறது?

3. மயில் கேட்கிறது

'மயில்' என்றதும் நீங்கள் ஆண் மயிலை நினைத்துக் கொண்டுவிடப் போகிறீர்கள். நான் பெண் மயிலாக்கும். அதனால்தான் ஆண்களை விட்டு விட்டுப் பெண்களைக் கேட்கிறேன்.

'இயற்கையை வெல்லுகிறோம், இயற்கையை வெல்லுகிறோம்' என்று சொல்லிக் கொண்டு நீங்கள் எதை வெல்கிறீர்கள்?

'உங்களுக்கு காங்கள் ஒன்றும் இளைத்தவர்கள் அல்ல' என்று ஆண்களோடு சேர்ந்துகொண்டு நீங்கள் மண்ணை வெல்கிறீர்களா?

இல்லை.

விண்ணை வெல்கிறீர்களா?

இல்லை.

காற்றை வெல்கிறீர்களா?

இல்லை.

நீரை வெல்கிறீர்களா?

இல்லை! நெருப்பை வெல்கிறீர்களா?

அதுவும் இல்லை.

வேறு எதை வெல்கிறீர்கள்? தலை முடியை வெல்கிறீர்கள; புருவத்தை வெல்கிறீர்கள்; கண்ணை வெல்கிறீர்கள்; கன்னத்தை வெல்கிறீர்கள்... உதட்டை வெல்கிறீர்கள்....

அப்புறம்... அப்புறம்...

கண்ணராவி, கண்ணராவி! அதை வேறு நான் சொல்ல வேண்டுமா? எதையெல்லாமோ வென்று தொலைக்கிறீர்கள்!

பலன்? பன்னெடுங்காலமாகப் பின்னலிடப்பட்டுச் சாட்டை போல் தொங்கிக் கொண்டிருந்த தலை முடிவிதவிதமான கொண்டைகளுக்குள்ளே ஓடி ஒளிகிறது. இமைக்கு மேல் இயற்கையாக இருக்க வேண்டிய புருவம் மறைக்கப்பட்டு, நெற்றியின் மேல் செயற்கையாக எழுதப்பட்ட புருவம் ஏறி நிற்கிறது. கண்ணை கமை வலை வீசிக்காது இழுக்கிறது; கன்னமும் உதடும் வண்ணக் கலவை ஏந்திவந்து, ‘தொடாதே, தொட்டால் ஒட்டிக் கொள்வோம்’ என்று எச்சரிக்கின்றன.

தப்பித் தவறி இவற்றில் ஒன்றாவது இயற்கையாக இருக்க வேண்டுமே? ஊஹூம்; எல்லாம் செயற்கை, செயற்கை...

இவற்றை விட்டுக் கொஞ்சம் கீழே வந்தால் முதலில் கண்ணில்படுவது எடுப்பான பிரேசரி; அதற்கு மேல் போட் நெக் பிளவுஸ். அந்தப் பிளவுஸுக்கு மேல் தெரியும் அழகான கழுத்தைப் பாழும் முந்தானை மறைத்துவிடக் கூடாதே என்பதற்காக கர்மசிரத்தையோடு அதை ஒரு பக்கமாக இழுத்துப் பிடித்துக் கொண்டு நடக்கும் பிடி நடை... இவை மட்டுமா சல்வார் கம்மீஸ், லுங்கி-சட்டை, பெல்பாட்டம், இத்தியாதி இத்தியாதி...

எல்லாம் எதற்காக?... ஆண்களைக் கவர்வதற்காகவா? ஐயே!

‘என்னைப் பார்த்திருக்கிறீர்களா? நீங்கள்? எந்த விதமான கவர்ச்சிக்கும் என்னை உள்ளாக்கிக் கொள்ளாமல் நான் பாட்டுக்கு கடந்து கொண்டிருப்பேன். என்னைக் கவர ஆண் மயில்களெல்லாம் என்னவெல்லாம் செய்யும் தெரியுமா?- தோகையை விரித்து ஆடு ஆடு என்று ஆடும்; ‘அக்கக்கக்’ என்று அகவிக் கொண்டே என்னைச் சுற்றி வரும்; எனக்குப் பிடித்த இரை ஏதாவது கண்ணில்பட்டால் தன் அலகால் கொத்திக் கொண்டு வந்து எனக்கு முன்னால் வைத்து விட்டு, ‘தயவு செய்து சாப்பிட வேணும்’ என்பது போல அடக்க ஒடுக்கமாக நிற்கும்.

இதற்கிடையில் வேறு எந்த ஆண் மயிலாவது தனக்குப் போட்டியாக வந்து விட்டால் அதையும் தன் சிறகால் அடியோ அடி என்று அடித்து விரட்டிக் கொண்டிருக்கும்'...

இப்படி ஒரு நாளா, இரண்டு நாளா? எத்தனையோ நாட்கள் அதுதவியாய்த் தவித்துக் கொண்டிருக்கும். என்னை அடைய வேண்டுமென்ற ஆசை அதற்கு இருக்கும்போது, எனக்கு மட்டும் அந்த ஆசை இல்லாமலா போகும்? இருக்கத்தான் இருக்கும். ஆனாலும் அதை நான் எந்த விதத்திலும் வெளியே காட்டிக் கொள்ளமாட்டேன்! அதற்காக என் அழகை எந்த விதத்திலும் கவர்ச்சியாக எடுத்துக்காட்ட மாட்டேன். எதையும் மூடி வைத்தால்தானே மவுசு? திறந்துவிட்டால் மவுசு ஏது, மண்ணுங்கட்டி ஏது?

இது தெரியவில்லையே உங்களுக்கு!

என் கதை இப்படி என்றால் எங்கள் இனத்தைச் சேர்ந்த காடை, உள்ளான் போன்ற பறவைகளின் கதை எப்படி, தெரியுமா?— அவற்றில் பெண் பறவைகள் முட்டையிடுவதோடு சரி— அதற்குப் பின் ஆண் பறவைகள் தான் அடைகாத்துக் குஞ்சு பொறிக்க வேண்டும்!

தாம்பத்தியம் என்றால் சும்மாவா?

இதைப் புரிந்து கொள்ளாத நீங்கள் என்ன செய்கிறீர்கள்? ...

உங்களில் யாராவது ஒரு ஆண் மகன் தப்பித் தவறி அடுக்களைக்குப் போய் வெந்ததும் வேகாததுமாக ஒரு நாள் சமைத்து வைத்து விட்டால் போதும், அதைப் பெரிய ஜோக்காக எடுத்துக் கொண்டு விழுந்து விழுந்து சிரிக்கிறீர்கள்! அந்த மாதிரி நாங்கள் சிரிக்க மாட்டோம். அதையும் தாம்பத்தியக் கடமைகளில் ஒன்றாகக் கருதிச் 'சமர்த்தாக' இருந்து விடுவோம்!

அழகை வளர்க்க வேண்டியதுதான். எந்த அழகை வளர்ப்பது? அக அழகையல்லவா முதலில் வளர்க்க வேண்டும்? அதை விட்டுப் புற அழகை மட்டும் இப்படி வளர்த்துக் கொண்டே போனால் என்ன நடக்கும்?— விருப்பு வெறியாகி வெறி வெறுப்பாகி விடாதா?

'உண்மையோ, பொய்யோ வள்ளுவரைப் பற்றி ஒரு கதை உண்டு. கதை கடந்த காலம் கணவன் தலையில் மனைவி சட்டியைப் போட்டு உடைக்க, அந்தச் சட்டியின் அடிப்புறம் உடைந்து வாய்ப்புற வட்டம் மட்டும் உடையாமல் அவன் கழுத்தில் ஆரம்போல மாட்டிக் கொள்ள, அதைப் பார்த்த அவ்வை,

"வீணாக உடைந்த சட்டி
வேணதுண்டு என் தலையில்
பூணாரம் பூண்ட
புதுமைதனைக் கண்டதில்லை"

என்று அந்தக் கணவன் பாடிய ஒரு பாட்டும் பாடி வைத்து விட்டுப் போயிருக்கிறாளே, அந்தக காலமாயிருக்கவேண்டும். அந்தக் காலத்தில் இந்தப் பூலோகத்தில் இருந்த ஆண்களெல்லாம் இல்லறத்தை விடத் துறவறமே நல்லது என்று எண்ணி சந்நியாசம் வாங்கிக் கொண்டு விட்டார்களாம்

இதை அறிந்த பிரம்மா 'இதென்ன வம்பு என் தொழிலே கசிந்து விடும் போலிருக்கிறதே!' என்று கவலைப் பட்டாராம். 'கவலைப்படாதீர், நான் கவனித்துக் கொள்கிறேன் அவர்களே!' என்று மன்மதன் பூலோகத்துக்கு வந்து, அத்தனை சந்நியாசிகளின் மேலும் கணைமேல் கணையாக விட்டுப் பார்த்தானம்; ஒன்றும் நடக்க வில்லையாம். கடைசியாக பிரம்மா சிவபெருமானை நெருங்கி; 'எல்லாம் உங்களால் வந்த வினை! நீங்கள் ஒரு சமயம் பார்வதியை விட்டு விட்டுச் சாம்பரை எடுத்து உடம்பெல்லாம் பூசிக் கொண்டு கையில் ஓடேந்தி நடக்க, அதைப் பார்த்த பூலோகத்து ஆண்களெல்லாம் அப்படியே நடக்க ஆரம்பித்துவிட்டார்கள். இப்போது என் தொழில் நடப்பது எப்படி? என்று கடாவ, 'அஞ்சற்க' என்று அபயம் அளித்த அய்யன், வள்ளுவராகப் பூலோகத்தில் அவதரித்து 'இல்லறத்தை நல்லறமாக நடத்தினால் அதிலே துறவறத்தின் பெருமையையும் காணலாம்' என்பதைத் தாம் எழுதிய குறளால் மட்டும் அல்ல, வாழ்க்கையாலும் வாழ்ந்து காட்டினாராம். அதற்கு மேல் தான் பூலோகத்திலுள்ள பெண்களும் பிழைத்தார்களாம், பிரம்மாவும் பிழைத்தாராம்!

ஓ, மனிதா! எதற்கும் ஒரு எல்லை உண்டு, அந்த எல்லையை மீறிப் போனால் இப்படி ஏதாவது ஒரு விபரீதம் நடக்கத்தான் நடக்கும். இந்த நிலைக்குப் பெண்கள் தான் தங்களை அறியாமல் உன்னை இழுத்துக் கொண்டு போய்க் கொண்டிருக்கிறார்கள் என்றால் நீயுமா அவர்களைப் பின்பற்றிப் பிளவுஸ் துணியில் சிலாக்கும், புடவைத் துணியில் லுங்கியும் கட்டிக்கொண்டு திரிவது?

அழகு என்பது ஒரு கலைதான்! அதை வளர்க்க வேண்டியதும் அவசியம்தான். ஆனால் அது மனத்துக்குச் சாந்தி அளிப்பதாய் இருக்க வேண்டுமே தவிர வெறி ஊட்டுவதாக இருக்கக் கூடாது.

‘சாந்தி வேண்டாம், வெறிதான் வேண்டும்’ என்று நினைத்தால் அந்த வெறி வெறுப்பாகி, வெறுப்பு உன்னைத் துறவியாக்கி, மீண்டும் ஒரு வள்ளுவர் வந்து அல்லவா இங்கே அவதரிக்க வேண்டியிருக்கும்?

4. குரங்கு கேட்கிறது

‘மனம் ஒரு குரங்கு’ என்று சொல்லிக் கொள்வதோடு மனிதர்களான நீங்கள் நிற்பதில்லை; ஆதியில் என்னிலிருந்து வந்ததாகவே நீங்கள் சொல்லிக் கொள்கிறீர்கள். அதையும் சாதாரணமாகச் சொல்லிக் கொள்ளவில்லை; ஆராய்ச்சி பூர்வமாகச் சொல்லிக் கொள்கிறீர்கள். அதற்கென்றே ‘டார்வின் சித்தாந்தம்’ என்று ஒரு தனிச் சித்தாந்தத்தையே உருவாக்கி வைத்துக் கொண்டிருக்கிறீர்கள். இன்னும் சொல்லப் போனால் அதை ஒரு பெருமையாகக்கூட நீங்கள் கருதிக் கொண்டிருக்கிறீர்கள்!

நாங்கள் அந்த அளவுக்கு எங்களுடைய பெருமையைக் குறைத்துக் கொள்ளவில்லை. காரணம் உங்களுக்கு மட்டுமே இருப்பதாக நீங்கள் சொல்லிக் கொள்ளும் ‘பகுத்தறிவு’ எங்களுக்கு இல்லாமல் இருப்பதுதானோ என்னவோ?

ராம-ராவண யுத்தத்தில் ஈடுபட்டதன் காரணமாக உங்களில் சிலருக்கு நாங்கள் வணக்கத்துக்குரிய ஜீவன்களாக இருந்து வருகிறோம். ஆயினும் என்ன கடவுளரைக் குறிக்கும் விக்கிரகங்களை வேண்டுமானால் நீங்கள் ‘நைவேத்தியம்’ என்ற பேரால் பழம்—பட்சணம் வைத்து வணங்குவீர்கள்—அவற்றை எடுத்து அவை தின்றுவிடாது என்ற தைரியத்தில்! எங்களை வணங்கும் போதோ?— ‘ராம ராமா!’ என்று கன்னத்தை வலிக்காமல் தொட்டுக் கொள்வதோடு சரி! இதனால் என்ன நடக்கிறது? — எங்களுக்குவேண்டியதை நாங்கள் உங்களிடமிருந்து தட்டிப் பறித்தே தின்ன வேண்டியிருக்கிறது.

நாங்கள் மட்டும் என்ன, நீங்களும் ஒருவரை ஒருவர் நாசூக்காக, நாகரிகமாகத் தட்டிப் பறித்தே தின்று கொண்டிருக்கிறீர்கள்!

இது உங்கள் பிறவிக் குணம்; நீங்களாக யாருக்கும் எதுவும் கொடுக்க மாட்டீர்கள். அப்படியே கொடுத்தாலும் ஏதாவது ஒரு லாப நோக்கோடுதான் கொடுப்பீர்கள். நல்ல வேளையாகக் கடவுள் உங்கள் கண்ணில் படுவதில்லை. பட்டால் அவருக்கு எதிர்த்தாற்போலேயே யாராவது ஒரு பிச்சைக்காரனுக்கு ஒரு காசை எடுத்துத் தாராளமாகத் தருமம் செய்து விட்டு, 'நான் தான் தருமம் செய்து விட்டேனே, எங்கே எனக்கு மோட்ச சாம்ராஜ்யம்? கொண்டா!' என்று கூசாமல் கேட்டாலும் கேட்பீர்கள்!

'இருப்பவன் எதையும் எதிர்பாராமல் இல்லாதவனுக்குக் கொடுப்பது' என்ற ஒரு தருமத்தை மட்டுமாவது நீங்கள் அன்றிருந்தே கடைப்பிடித்து வந்திருந்தால், இன்று உங்களிடையே திருடர்களும் கொலைகாரர்களும் ஏன் உருவாகியிருக்கப் போகிறார்கள்?

அல்லது, 'இந்த உலகத்தில் காணும் எல்லாமே எல்லாருக்கும் சொந்தமானவை. இவற்றில் உனக்கு, எனக்கு என்று எதுவும் இல்லை' என்ற வேதாந்தத்தை எங்களைப் போலவே நீங்களும் உண்மையாகவே கடைப்பிடித்து வந்திருந்தாலும் உங்களிடையே 'இருப்பவன்' என்றும், 'இல்லாதவன்' என்றும், இப்போது எவனும் இருந்திருக்க மாட்டானே! போகட்டும்; இதற்கெல்லாம் அடிப்படைக் காரணம் என்ன தெரியுமா?— உங்களுக்குத் 'தன்னம்பிக்கை' இல்லாமற் போனதுதான்.

அந்தத் தன்னம்பிக்கை உங்களுக்கு இல்லையென்றாலும் உங்கள் குழந்தைகளுக்காவது இருக்க வேண்டுமென்று நீங்கள் விரும்புகிறீர்களா? அதுவும் இல்லை.

நான் தான் சில சமயம் உங்கள் வீட்டுக் கூரையின் மேல் உட்கார்ந்து கொண்டு உங்களைக் கவனித்துக் கொண்டே இருக்கிறேனே!—நீங்கள் பல் தேய்ப்பதைப் பார்த்துவிட்டு உங்கள் குழந்தை தானும் பல் தேய்க்க எண்ணிப்

பேஸ்ட்டையும் பிரஷ்ஷையும் கையில் எடுத்தால் போதும், 'வேண்டாண்டா கண்ணு உனக்குத் தேய்க்கத் தெரியாது. இப்படிக் கொண்டா, நானே தேய்த்து விடுகிறேன்!' என்று நீங்களே அதற்குப் பல் தேய்த்து விடுகிறீர்கள். குளிக்கப் போனால் உனக்குத் தெரியாதுடா, இப்படி வா!' என்று நீங்களே அதைக் குளிப்பாட்டி விடுகிறீர்கள். சாப்பிடப் போனால், 'உனக்குத் தெரியாதுடா, இப்படி வா!' என்று நீங்களே அதற்கு ஊட்டி விடுகிறீர்கள். உடை அணிந்து கொள்ளப் போனால் 'உனக்குத் தெரியாதுடா, இப்படி வா!' என்று நீங்களே அதற்கு உடை அணிவித்து விடுகிறீர்கள்.

எல்லாம் முடிந்து பள்ளிக்கூடத்துக்கு போகும் போது அப்பா! பென்சில் வாங்க வேண்டும், காசு தா? என்று கேட்டாலோ, 'உனக்கு என்ன தெரியும், பென்சில் வாங்க? வா, நானே வாங்கித் தருகிறேன்!' என்று அவனைக் கையோடு கடைக்கு அழைத்துப்போய்ப் பென்சில் வாங்கித் தந்துவிட்டு, 'பார்த்துப் போ, பத்திரமா போ!, பார்த்துப் போ, பத்திரமா போ!' என்று ஆயிரம் 'பார்த்து'களும், ஆயிரம் 'பத்திர'ங்களும் சொல்லி அனுப்பி விட்டு வருகிறீர்கள். முடிந்தால் பள்ளி வரை சென்று அவனை அங்கே உட்கார வைத்த பின்னரே நீங்கள் வேலைக்குச் செல்கிறீர்கள்.

அதாவது, எடுத்ததற்கெல்லாம் 'உனக்கு ஒன்றும் தெரியாது, உனக்கு ஒன்றும் தெரியாது' என்று சொல்லிச் சொல்லியே அவனை ஒன்றும் தெரியாதவனாக வளர்த்து, எதற்கும் தன்னை நம்பி வாழாமல் பிறரை நம்பி வாழக் கூடியவனாக அவனை உருவாக்கி விட்டு விடுகிறீர்கள்!

ஓ மனிதா! என்னையும் என் குட்டியையும் சேர்ந்தாற் போல் எங்கேயாவது பார்த்திருக்கிறாயா நீ— 'ஐயோ, குழந்தைக்கு ஒன்றும் தெரியாதே! தவறிக் கீழே விழுந்து விடுமே!' என்று நான் அதை வளைத்துப் பிடித்துக் கொண்டிருக்க மாட்டேன்; அதுதான் என்னை வளைத்துப் பிடித்துக் கொண்டிருக்கும். அதுவும் எப்படி? — என் முதுகைத் தன் கால்களால் சுற்றி

வளைத்துப் பிடித்தபடி, அடி வயிற்றில் தலை கீழாகத் தொங்கிக்கொண்டிருக்கும். நானோ அதைக் குனிந்து கூடப் பார்க்காமல் கிளைக்கு கிளை, மரத்துக்கு மரம் இரைத் தேடித் தாவிக் கொண்டே இருப்பேன். அப்படித் தாவும்போது, ‘பத்திரம், கெட்டியாகப் பிடித்துக் கொள்.’ என்றோ, ‘விழுந்துவிடப் போகிறாய், ஜாக்கிரதை!’ என்றோ அதனிடம் சொல்லி, அதை எச்சரித்தாவது வைப்பேன் என்கிறீர்களா?— மாட்டேன். தன்னைத் தானே தான் அது காப்பாற்றிக்கொள்ள.

5. கொக்கு கேட்கிறது

என்னை வைத்துத்தான் உங்களிடையே எத்தனை கதைகள்!—கதை என்றால் 'கொக்கென்று நினைத்தீரோ கொங்கணவரே?' என்று வள்ளுவரின் மனைவியான வாசுகியம்மாள், விரைந்து வந்து பிச்சையிடவில்லை என்பதற்காகத் தன்னை வெகுண்டு நோக்கிய கொங்கணவ முனிவரைக் கேட்டதாக ஒரு கதை இருக்கிறதே அந்தக் கதையை நான் சொல்லவில்லை; அது தன் மனைவியை நம்பாத யாரோ ஓர் அசட்டுக் கணவனால் 'ஒரு பெண் கற்புக்கரசியாயிருந்தால், அவளுக்கு முக்காலத்தையும் உணரக் கூடிய ஞானம்கூட உண்டாகும்' என்பதைக் கருவாகக் கொண்டு கட்டி விடப்பட்ட கதையாயிருக்கலாம். அதை விடுங்கள்; இந்தக் காலத்தில் தான், மரத்தடி ஜோசியரிலிருந்து கையில் 'மந்திரக் கோல்' என்று ஏதோ ஒரு கோலை வைத்துக்கொண்டு தெருத் தெருவாய் அலையும் ஜோசியக்காரிகள் வரை எல்லோருமே முக்காலத்தையும் உணர்ந்த ஞானிகளாயிருந்து வருகிறார்களே!

விஷயம் என்ன வென்றால், உங்களில் யாரோ ஒருவன் என்னை நீண்ட நாட்களாகக் கவனித்து வந்திருக்கிறான். அப்படித்தான் கவனித்தானே, என் பெருமைகளில் வேறு ஏதாவது ஒன்று அவன் கவனத்தைக் கவர்ந்திருக்கக் கூடாதா? அதுதான் இல்லை; போயும் போயும் என்னுடைய மூக்கு அவன் கவனத்தை கவர்ந்திருக்கிறது. அதை வைத்து அவன் உடனே ஒரு கதை கட்டி விட்டு விட்டான்!
இம்மாதிரி சமயங்களில் அவை காணாமற் போனால் கூட அவற்றைத் தேடி நாங்கள் அலைவது கிடையாது. ஏனெனில், என்றாவது ஒரு நாள் அவையே எங்களைத் தேடி வந்துவிடும் என்பது எங்களுக்குத் தெரியும்; 'நாங்கள் அவற்றைத் தேட மாட்டோம்' என்பதும் அவற்றுக்குத் தெரியும்.

மனம் விட்டுச் சொல்கிறேனே!— இயற்கையாக இல்லாத பந்தத்தையும் பாசத்தையும் உங்களைப்போல் அவ்வப்போது விலை கொடுத்து வாங்கிக் கொண்டு, அவற்றுக்காக ஒருவருக்கு ஒருவர் பாரமாக இருந்து கொண்டு, சதா தொல்லையில் உழன்றபடி வாழும் வாழ்வு எங்களுக்குப் பிடிப்பதே இல்லை.

அப்படியிருக்க, எங்களிலிருந்து வந்ததாக நீங்கள் எப்படித் தான் சொல்லிக் கொள்கிறீர்களோ, அதுதான் எங்களுக்குத் தெரியவில்லை.

ஓர் ஊரிலே ஒரு நரியாம்— 'நரி ஊரிலே எப்படி இருக்கும்?' என்று என்னைக் கேட்காதீர்கள்—அவன் காட்டிலே நரியைப் பார்த்திருக்கமாட்டான் போலிருக்கிறது! — அந்த நரி ஒரு நாள் எதையோ தின்னப் போய் எலும்புத் துண்டு ஒன்று அதன் தொண்டையிலே சிக்கிக் கொண்டுவிட்டதாம். அதை வெளியே கொண்டு வர நரி எத்தனையோ வகையில் முயன்று பார்த்ததாம்; எல்லாம் வீண். கடைசியில் அது என்னைத் தேடி வந்ததாம்- நரி கொக்கைத் தேடி வந்தால் கொக்கு அதற்கு எதிர்த்தாற்போலேயா நின்று கொண்டிருக்கும்?' என்று உங்களிடையே உள்ள சில 'பகுத்தறிவுச் சிங்கங்கள்' கேட்கலாம். 'இது கதை ஐயா, கதை!' என்று அவர்களிடம் சொல்லுங்கள்—'கொக்காரே, கொக்காரே! உங்களால் எனக்கு ஓர் உதவி செய்ய முடியுமா?' என்று முக்கி முனகிக் கொண்டே கேட்டதாம் நரி. 'என்ன உதவி?' என்று கேட்டதாம் கொக்கு. என் தொண்டையில் ஓர் எலும்பு சிக்கிக் கொண்டு விட்டது. அதை உங்களுடைய மூக்கால் தயவு செய்து எடுத்து விடுங்கள், உங்களுக்கு நான் ஒரு பெரிய மீனைப் பரிசாகக் கொண்டு வந்து தருகிறேன்' என்றதாம் நரி. 'சரி, வாயைத் திற' என்று கொக்கு சொல்ல, நரி வாயைத் திறக்க, அப்போது இன்ஷ்யூரன்ஸ் கம்பெனியோ, ஏஜெண்டோ இல்லாததால் கொக்கு தன் மூக்கை 'இன்ஷ்யூர்' செய்யாமலே நரியின் வாய்க்குள் துணிந்து விட்டு எலும்பை எடுத்துவிட்டு, 'எங்கே பரிசு?' என்று கேட்டதாம். 'முட்டாள் கொக்கே, என்

வாய்க்குள் நீ மூக்கை விடும் போது அதை நான் கடிக்காமல் விட்டேனே, அதுதான் உனக்கு நான் தந்த பரிசு!' என்று சொல்லிவிட்டு நரி எடுத்ததாம் ஓட்டம்.

இது 'நீதிக் கதைகள் வரிசை'யில் சொல்லப்பட்டிருப்பதால் இதிலுள்ள நீதியையும் கவனிக்க வேண்டாமா?—அது இது:

'பகைவனுக்கு அருள்வாய்! என்று பகவான் கண்ணன் சொன்னால் என்ன, 'இன்னா செய்தாரை ஒறுத்தல், அவர் நாண நன்னயம் செய்துவிடல்' என்று. வள்ளுவன் சொன்னால் என்ன? உன்னாலேயே செய்ய முடிந்த உதவியைக்கூட நீ உன் பகைவனுக்குச் செய்யாதே! செய்து, பகையை நாளுக்கு நாள் வளர்க்காமல் இருந்துவிடாதே!'

இப்படி ஒரு கதை. இன்னொன்று:

'கொக்காரே, கொக்காரே! நாளைக்கு நீங்கள் என் வீட்டுக்கு வரவேண்டும்; வந்து ஒரு கப் பால் பாயசம் சாப்பிட்டுவிட்டுப் போக வேண்டும்' என்று மிக்க வினயத்துடன் கேட்டுக் கொண்டதாம் நரி. 'அதற்கென்ன, பேஷாய் வருகிறேன்!' என்று சொல்லிவிட்டு மறுநாள் சொன்னது சொன்னபடி கொக்கு பால் பாயசம் சாப்பிட்டுவிட்டு வர நரியின் வீட்டுக்குச் சென்றதாம். அங்கே நரி என்ன செய்ததாம், தெரியுமா? இரண்டு தட்டுகளில் பால் பாயசத்தை ஊற்றிக் கீழே வைத்துவிட்டு, 'ம், சாப்பிடுங்கள்!' என்று கொக்கை உபசரித்ததாம். மூக்கால் பாயசத்தை உறிஞ்சிக் குடிக்க முடியாமல் கொக்கு விழிக்க, நரி தன் நாக்கால் ஒரே நிமிடத்தில் தட்டைக் காலி செய்து விட்டு, 'எப்படி, எங்கள் வீட்டுப் பாயசம்?' என்று கேட்டதாம். தனக்கு நேர்ந்த அவமானத்தை வெளியே காட்டிக் கொள்ளாமல் 'பிரமாதம்!' என்ற கொக்கு என்ன செய்ததாம், தெரியுமா? 'எங்கள் வீட்டு அரிசி அப்பளத்தை நீங்கள் இன்னும் சாப்பிடவில்லையே? 'நாளைக்கு வாருங்கள், சாப்பிடுவோம்' என்று நரியை அழைத்ததாம். நரியும் 'சரி, வருகிறேன்' என்று கொக்கின்

வீட்டுக்குப் போயிற்றாம், அங்கே குறுகிய வாயுள்ள இரண்டு கூஜாக்களில் அப்பளத்தை போட்டு வைத்துவிட்டு, 'ம், நடக்கட்டும்' என்றதாம் கொக்கு. கூஜாவுக்குள் வாயைவிட முடியாமல் நரி விழிக்க, கொக்கு தன் நீண்ட மூக்கால் ஒரே நிமிடத்தில் கூஜாவைக் காலி செய்துவிட்டு, 'எப்படி நம்ம வீட்டு அப்பளம்?' என்று நரியைக் கேட்டதாம். தனக்கு நேர்ந்த அவமானத்தை அது வெளியே காட்டிக் கொள்ளாமல் 'பிரமாதம்' என்று சொல்லிவிட்டு வந்ததாம்.

நீதி:

'சமரசத்தையும் சன்மார்க்கத்தையும் வளர்ப்பதற்காக இயேசு பிரான் சிலுவை ஏறினால் என்ன, மகாத்மா காந்தி குண்டுகளுக்கு இரையானால் என்ன? நீ பழிக்குப் பழி வாங்குவதை விடாதே!

இப்படிப் பல கதைகள்; எல்லாம் என் மூக்கை வைத்துத்தான்! —இந்த மூக்கின் சிறப்பைத் தவிர வேறொரு சிறப்பும் இல்லையா, என்னிடம்?—உண்டு; அதைக் கண்டவள் அவ்வை. கண்டதோடு இல்லை; சொன்னவளும் அவ்வை என்ன சொன்னாள்?–இந்த அவசர யுகத்தில் அதை நினைத்துப் பார்க்க உங்களுக்கு எங்கே நேரம் இருக்கப் போகிறது! நீங்கள் தான் 'அவசரமாகப் போக வேண்டும்' என்பதற்காக ஓடும் பஸ்ஸில் ஏறிக் கீழே விழுந்து, ஆபீசுக்குப் போவதற்குப் பதிலாக ஆஸ்பத்திரிக்குப் போய்க் கொண்டிருக்கிறீர்களே! ஓ மனிதா! அரசியல் உலகத்தில் யார் யாரையோ முந்திக்கொண்டு வந்து நீ தலைவனாகிவிட்டாய் என்பதற்காக உனக்குப் பின்னால் ஆயிரமாயிரம் தொண்டர்கள் அவ்வப்போது கொடி பிடித்து அணி வகுத்து வந்து 'வாழ்க, வாழ்க!' என்று தொண்டை கிழியக் கத்திக் கொண்டிருக்கிறார்களே, அவர்களுக்கெல்லாம் அறிவில்லை, உனக்குத்தான் இருக்கிறது என்று நீ நினைக்கிறாயா? யாரோ படித்துச் சொன்ன பத்துப் பதினைந்து இங்கிலீஷ் கதைகளைத் தமிழில் கொஞ்சம் உரு மாற்றி எழுதிவிட்டு, 'நான் தான்,

நானேதான், இலக்கிய உலகத்தின் சாம்ராட்' என்று நீ மார்தட்டிக் கொள்வதை நம்பி, சதா உன்னைச் சுற்றிப் பத்துப் பேர் இருந்து கொண்டு, நீ 'அச்' சென்று தும்மினால் கூட 'ஆண்டன் செகாவ்கூட இப்படித் தும்மியிருக்க மாட்டான்!' என்று அடித்துச் சொல்லிக் கொண்டிருக்கிறார்களே, அவர்களுக்கெல்லாம் அறிவில்லை, உனக்குத்தான் இருக்கிறது என்று நீ நினைக்கிறாயா? கலை உலகத்தில் பரிதாபத்துக்குரிய படாதிபதிகள் சிலரால் நீ 'நட்சத்திர', மாக்கப்பட்டு விட்டாய் என்பதற்காக எப்போது பார்த்தாலும் உன்னைத் தொடர்ந்து ஒரு கூட்டம் வந்து, 'அண்ணனை மிஞ்ச இன்று ஹாலிவுட்டிலேகூட ஆள் இல்லை' என்று சொல்லிக் கொண்டிருக்கிறதே, அந்தக் கூட்டத்துக்கு அறிவில்லை, உனக்குத்தான் இருக்கிறது என்று நீ நினைக்கிறாயா? பழம்பெரும் மிராசுதார் ஒருவருக்கு மகனாகப் பிறந்ததைத் தவிர, வேறொன்றும் செய்யாத நீ, வரப்பு மேட்டில் குடை பிடித்து நிற்க, வதைக்கும் வெயிலில் உனக்குச் சொந்தமான வயல் வெளிகளில் வாடிய வயிறுகளுடன் வேலை செய்து கொண்டிருக்கிறார்களே, அவர்களுக்கெல்லாம் அறிவில்லை, உனக்குத்தான் இருக்கிறது என்று நீ நினைக்கிறாயா? யாரைப் பிடிக்க வேண்டுமோ அவர்களைப் பிடித்து, யாருக்கு என்ன செய்ய வேண்டுமோ அதைச் செய்து, எப்படியோ ஓர் அலுவலகத்தின் அதிகாரியாகிவிட்ட உன்னிடம், உனக்குக் கீழே வேலை பார்க்கும் சிப்பந்திகளெல்லாம் கைகட்டி வாய் பொத்தி நிற்கிறார்களே, அவர்களுக்கெல்லாம் அறிவில்லை, உனக்குத்தான் இருக்கிறது என்று நீ நினைக்கிறாயா?—இல்லை மனிதா, இல்லை. உனக்குள்ள அறிவு அவர்களுக்கும் உண்டு—ஏன் இந்த உலகத்தில் பிறந்த எல்லா ஜீவராசிகளுக்குமே அறிவு என்று ஒன்று நிச்சயமாக உண்டு. ஆனால் அது எதையோ எதிர் நோக்கிச் சமயத்துக்கு ஏற்றாற்போல், சந்தர்ப்பத்துக்கு ஏற்றாற்போல் செயல்பட்டுக் கொண்டிருக்கிறது—அவ்வளவே.

வாய்க்கால் கரை ஓரங்களில் என்னைப் பார்த்திருக்கிறாயா, நீ? பாசு பதாஸ்திரத்துக்காக அர்ச்சுனன் சிவபெருமானை நோக்கி

ஒற்றைக் காலில் நின்று தவம் செய்தானாமே, அந்த மாதிரி தவம் செய்து கொண்டிருப்பேன் நான். தெள்ளிய நீர் சல சலத்துச் செல்லும் அந்த வாய்க்காலில் சிறுமீன்கள் வெள்ளியெனத் துள்ளித் துள்ளி ஓடிக் கொண்டிருக்கும். அந்த மீன்களை எதிர்பார்த்து மேலே வட்டமிட்டுப் பறந்து கொண்டிருக்கும் மீன்கொத்திப் பறவை சட்டென்று, பாய்ந்து வந்து அவற்றில் ஒன்றைக் கொத்திக் கொண்டு போய்விடும். நானோ அப்படி இப்படி ஆடாமல் அசையாமல், கால் மாற்றி நின்று கொண்டே இருப்பேன். இப்படி அடக்க ஒடுக்கமாக நிற்பதால் எனக்கு அறிவில்லை என்றும், பறந்து பறந்து வந்து, பாய்ந்து பாய்ந்து வந்து மீனைக்கொத்திச் செல்லும் மீன் கொத்திப் பறவைக்குத்தான் அறிவிருக்கிறது என்றும் நீ நினைத்துக் கொண்டு விடுவதா?

அப்படி நினைத்து உன்னை நீயே ஏமாற்றிக் கொண்டு விடக் கூடாது என்பதற்காகத்தான் அவ்வை சொன்னாள்—அதையும் எப்படிச் சொன்னாள்?—ஆறறிவுள்ள உனக்கு ஐந்தறிவுள்ள என்னைச் சுட்டிக் காட்டிச் சொன்னாள்.

‘அடக்கம் உடையார் அறிவிலர் என்றெண்ணிக்
கடக்கக் கருதவும் வேண்டா;—மடைத்தலையில்
ஓடுமீன் ஓட உறுமீன் வருமளவும்
வாடி யிருக்குமாம் கொக்கு.’

என்னைக் கவனிக்கும்போது இதையல்லவா நீ கவனிக்க வேண்டும்? இதை விட்டுவிட்டு என் மூக்கையா கவனித்துக் கொண்டிருப்பது?

6. மாடு கேட்கிறது

‘மாடு’ என்றதும் நீ காளை மாட்டை நினைத்துக் கொண்டுவிடாதே! சற்று நின்று உன்னுடன் பேச அதற்கு எங்கே நேரம் இருக்கிறது? உனக்காக ஏர் உழவும், வண்டி இழுக்கவுமேதான் அதற்கு நேரம் சரியாயிருக்கிறதே!

பகலில்தான் இப்படியென்றால் இரவிலாவது நீ அதைச் சும்மா விடுகிறாயா? இல்லை; பொழுது விடிந்ததும் சந்தையில் இருக்க வேண்டும் என்பதற்காக முன்னிரவிலோ, பின்னிரவிலோ வண்டி நிறைய ஏதாவது ஒரு விளைபொருளை ஏற்றிக்கொண்டு நீ கிளம்பிவிடுகிறாய். உனக்கென்ன, நீ ராஜா! தூக்கம் வந்தால் வண்டியிலேயே படுத்துக்கொண்டு தூங்கி விடுவாய். மாடு? — தூக்கம் வந்தாலும் அதை உதறி விட்டு வழி தெரிந்து நடக்க வேண்டும். நடந்து, உன்னையும் உன் விளைபொருளையும் பத்திரமாகக் கொண்டுபோய்ச் சந்தையில் சேர்க்க வேண்டும்.

பாவம் இப்படி உழைக்கிறதே அந்த மாட்டுக்கென்று ஒரு வாழ்க்கை உண்டா? இல்லை; அது உனக்கு மட்டுமே பயன்பட வேண்டும் என்பதற்காக நீதான் அதைக் காயடித்து விட்டுவிடுகிறாயே?

என்ன சுயநலம்!

நான் பசு; உங்கள் வணக்கத்துக்குரிய பசு, அப்படியென்று நான் சொல்லிக் கொள்ளவில்லை; நீங்கள் தான் சொல்லிக் கொள்கிறீர்கள், அதன் பலன்?—மதம் உங்களை மட்டும் பிடித்து ஆட்டினால் போதாதென்று என்னையும் பிடித்து ஆட்டிக் கொண்டிருக்கிறது.

ஆனால், இதில் ஒரு வேடிக்கை! இந்துக்களான உங்களில் சிலருக்கு நான் தெய்வம்; வேறு சிலருக்குத் தீனி.

இப்படியிருந்தும் என்னைக் காப்பாற்ற உங்களில் சிலர் ஓர் இயக்கமே நடத்திக் கொண்டிருக்கிறார்கள்; அதற்காகச் சத்தியாக்கிரகம்கூடச் செய்கிறார்கள். எங்கே?— அதுதான் ரசனைக்குரிய விஷயம்.

வெள்ளைக்காரன் ஆதிக்கத்திலிருந்து உப்பை மீட்க வேண்டுமென்று நினைத்தார் மகாத்மா. அதற்காக அவர் எங்கே சத்தியாக்கிரகம் செய்தார்?— கடற்கரையில்.

அந்நிய நாட்டுத் துணிகளின் பிடியிலிருந்து உள் நாட்டுத் துணிகளைக் காக்க வேண்டுமென்று நினைத்தார் காந்திஜி. அதற்காக அவர் எங்கே சத்தியாக்கிரகம் செய்தார்?— அந்நியத் துணிகள் விற்கும் கடைகளில்.

மதுவரக்கனிடமிருந்து மக்களைக் காப்பாற்ற வேண்டுமென்று நினைத்தார் மகாத்மா. அதற்காக அவர் எங்கே சத்தியாக்கிரகம் செய்தார்?— கள்ளுக் கடைகளில்.

என்னைக் காப்பாற்ற வேண்டும் என்று நினைப்பதாகச் சொல்லிக் கொள்ளும் நீங்கள் எங்கே சத்தியாக்கிரகம் செய்கிறீர்கள்?— மாட்டிக்கும் தொட்டியிலா?— இலலை; டெல்லி பார்லிமெண்ட் கட்டடத்தில்!

இதிலிருந்தே உங்களுடைய உண்மையான நோக்கம் என்னவென்பது மக்களுக்கு புரிந்துவிடுகிறது. அதனால் நீங்கள் மட்டும் அல்ல, உங்கள் இயக்கமும் வெற்றிபெற முடியாமல் போய்விடுகிறது.

என்னை விடுங்கள். ஒருகாலத்தில் தெய்வத்தின் பேரால் இந்த நாட்டில் எத்தனையோ யாகங்கள் நடந்து கொண்டிருந்தன. அந்த யாகங்களில் ஆயிரமாயிரம் ஆடுகள் பலியிடப்பட்டு வந்தன. அந்த யாகங்களிலிருந்து ஆட்டைக் காப்பாற்ற வேண்டுமென்று நினைத்த புத்தர் என்ன செய்தார்?— ஆட்டின்

கழுத்தை நோக்கி வந்த கத்திக்குக் கீழே தன் கழுத்தை நீட்டினார். அதனால் என்ன நடந்தது?—ஆடும் பிழைத்தது; அவரோடு அவருடைய தருமமும் பிழைத்தது.

அந்த மகானைப் பின்பற்றி உங்களில் எத்தனை பேர் இன்று மாட்டிக்கும் தொட்டிக்கு வந்து, எங்கள் கழுத்தை நோக்கி வரும் கத்திக்குக் கீழே உங்கள் கழுத்தை நீட்டத் தயாராயிருக்கிறீர்கள்?

ஒன்று, இரண்டு, மூன்று....

எங்கே, நான் எண்ணியதுதான் மிச்சம்; உங்களில் ஒருவர் கூட 'ம்' என்று சொல்லமாட்டேன் என்கிறீர்களே!

மாட்டிடம் கருணை காட்டாவிட்டால் போகட்டும்; உங்களைப் போன்ற மனிதர்களிடங்கூட நீங்கள் கருணை காட்டாவிட்டால் போகட்டும்; உங்களைப் பெற்று வளர்த்து, எத்தனையோ இன்னல்களுக்கு இடையில் உங்களை ஆளாக்கிவிட்ட உங்கள் தாய், தந்தையரிடமாவது நீங்கள் கருணை காட்டுகிறீர்களா? இல்லை; 'அன்னையும் பிதாவும் முன்னறி தெய்வம்' என்று ஏதோ ஒரு காலத்தில் நீங்கள் படித்ததுகூட, 'படிக்காவிட்டால் வாத்தியார் குட்டுவாரே!' என்ற பயத்தால் தானே?

யாராயிருந்தாலும் சரி, இந்த உலகத்தில் அன்பு செலுத்தக்கூடப் பணம் வேண்டும் என்பதை நான் அறிவேன், கையில் ஒரு முழம் பூகூட இல்லாமல் 'என் அன்பே!' என்று மனைவியை நெருங்கினால்கூட, 'ஆமாம் போங்கள், இதில் ஒன்றும் குறைச்சல் இல்லை' என்று அவள் எரிந்து விழுவாள் என்பதும் எனக்குத் தெரியும். அந்தக் குறைக்கு நான் இருந்த வீட்டில் இடமில்லை. ஏனெனில், நான் இருந்த வீடு ஓர் ஐ. ஏ. எஸ். அதிகாரியின் வீடு, சம்பளம், கிம்பளம், அது இது என்று எத்தனையோ வகைகளில் அவருக்குப் பணம் வந்து கொண்டே இருந்தது. அதனால் 'லட்சுமி கடாட்சம்'

என்கிறீர்களே, அந்தக் கடாட்சம் அவருக்குப் பரிபூரணமாக இருந்தது.

அந்த ஆபீசருக்கு ஓர் அண்ணன். அவர் ஏதோ ஒரு கம்பெனியில் குமாஸ்தா. சம்பளம் பற்றாக்குறையாயிருந்தாலும். குழந்தைகள் விஷயத்தில் அவருக்குப் பற்றாக்குறை இல்லை, அதில் அவர் 'நவீன குசேல'ராயிருந்தார். எப்போதாவது ஒரு சமயம் கண்ணன் வீட்டுக்கு ஒரு பிடி அவலோடு வந்த குசேலரைப் போல அவர் உள்ளூர் பிஸ்கட் ஒன்றை வாங்கிக் கொண்டு, தம்பியையும் தம்பியின் குழந்தையையும் பார்க்க வருவார். 'யார் யாரோ என்னைப் பார்க்க வருவார்கள். வீட்டுக்கு முன்னாலிருந்து என் மானத்தை வாங்காதே, பின்னால் போய் உட்கார்!' என்பார் தம்பி. 'அது எனக்குத் தெரியாதா?' என்று பல்லைக் காட்டிக் கொண்டே அண்ணன் தான் கொண்டு வந்த பிஸ்கெட் பாக்கெட்டைத் தம்பியின் குழந்தையிடம் கொடுத்து விட்டுப் பின்னால் போவார். அந்த பிஸ்கெட், தான் வளர்க்கும் அல்சேஷியன் நாயின் உடம்புக்குக்கூட ஆகாது என்று தம்பி நினைப்பார்—அதையாவது, அவர் குழந்தை சாப்பிடுவதாவது?—வெடுக்கென்று பிடுங்கி எனக்காகப் புழக்கடையில் சேமித்து வைக்கும் கழுநீர்த் தொட்டியில் அண்ணனுக்குத் தெரியாமல் அதைப் போட்டு விடுவார்!

இந்த 'அபூர்வ சகோதரர்'களின் தாயும் தந்தையும் தான் இப்போது என் 'போஷகர்'கள். போஷகர்கள் என்றால் நான் கொடுக்கும் பாலுக்கும் இவர்களுக்கும் சம்பந்தமே கிடையாது. மாமனார் கிழவனுக்கு என்றாவது ஒரு நாள் உடம்பு சரியில்லாமல் போய், அதனால் சாப்பாடு பிடிக்காமல்போய், 'கொஞ்சம் பாலாவது கொடுக்கிறாயா, குடித்துவிட்டுப் படுத்துக் கொள்ளச் சொல்கிறேன்' என்று மாமியார் கிழவி மருமகளைக் கேட்டால், 'வளரும் குழந்தைகளுக்கே பால் போதவில்லையாம்; வயசானவர்களுக்கெல்லாம் பால் கொடுக்க நான் எங்கே போவேன்?' என்று அவள் தன் கழுத்தை ஒரு வெட்டு வெட்டி

இழுப்பாள். கிழவி உடனே 'டன்கர்க்' ஆகிவிடுவாள். சாப்பாட்டு வேளையின்போது மட்டும் மோர் என்னும் பேரால் கொஞ்சம் நீர் வந்து இவர்களுடைய இலைகளில் விழும். அதை வாசனை பிடித்துக் கொண்டே இவர்கள் சாப்பிட்டு எழுந்து விடுவார்கள். என் பாலைப் பொறுத்த வரை என்னுடைய போஷகர்களுக்கு இருந்து வந்த சம்மந்தம் இதுவே.

என்னைக் கழுவிக் குளிப்பாட்டி விடுவதோடு, என் தொழுவத்தையும் கழுவிச் சுத்தப்படுத்துவது கிழவியின் வேலை. எனக்குத் தீனி வைப்பது, தண்ணீர் காட்டுவது, பால் கறந்து கொடுப்பது கிழவனின் வேலை. இந்த வேலையைக்கூட மகனோ மருமகளோ பார்த்து இவர்களுக்குக் கொடுக்கவில்லை; தண்டச் சோறு' என்ற அபவாதத்திலிருந்து தப்புவதற்காக இவர்களாகவே ஏற்றுக்கொண்ட வேலைதான் இது.

அப்படியும் சில சமயம் இவர்களுடைய மகன் சொல்வதுண்டு —"நான் ஒருவன் தான் உங்களுக்கு மகனா? உங்களுக்குச் சோறு போட வேண்டுமென்று என் தலையில் தான் எழுதி வைத்திருக்கிறதா? இன்னொருத்தன் இருக்கிறானே; அவன் வீட்டுக்குப் போக உங்களுக்கு என்ன கேடு?" என்று. அம்மாதிரி சமயங்களில் 'ஒரு கேடுமில்லை' என்று இவர்களும் அவர் வீட்டுக்குப் போய்ச் சில நாட்கள் தங்கிவிட்டு வருவதுண்டு.

சுருக்கமாகச் சொல்கிறேனே— அண்ணனுக்கும் தம்பிக்குமிடையே அகப்பட்ட கால் பந்தாக இவர்கள் இருந்து வந்தார்கள். எப்போது யார் எந்தப் பக்கம் உதைத்துத் தள்ளுகிறார்களோ, அந்தப் பக்கம் இவர்கள் போவதும் வருவதுமாக இருந்து வந்தார்கள்.

எங்கே இருந்தாலும் இவர்களுக்குக் கிடைக்கும் இடம் எனக்குக் கிடைக்கும் அதே இடம்தான். அதாவது வீட்டின்

பின்புறம். இந்த விஷயத்தில் ஒன்றுபட்டிருந்த நாங்கள் இன்னொரு விஷயத்தில் மட்டும் ஏனோ ஒன்றுபட்டிருக்க வில்லை. அது என்ன விஷயம் என்கிறீர்களா?—சொல்கிறேன்.

எனக்குப் பால் மறத்துப் போயிருந்த சமயம் அது. ஒரு நாள் யாரோ இருவருடன் ஐ. ஏ. எஸ் அதிகாரி என்னைத் தேடி வந்தார். தன்னுடன் வந்தவர்களிடம் என்னைக் காட்டி, 'இதுதான் நான் சொன்ன மாடு, என்ன விலை கொடுப்பீர்கள்?' சட்டென்று சொல்லுங்கள். எனக்கு ஆபீசுக்கு நேரமாகிறது என்றார்.

'நாங்க எப்படிச் சொல்றதுங்க, நீங்களே சொல்லுங்க.'

'நான் வாங்கும்போது இதை ஐந்நூறு ரூபாய்க்கு வாங்கினேன்...'

'காரைக் கூடத்தான் வாங்கறப்போ பத்தாயிரம் இருபதாயிரம்னு வாங்கறீங்க; விற்கிறப்போ அதே விலைக்கா விற்கிறீங்க? ஆயிரம் இரண்டாயிரத்துக் கூடக் கொடுக்கலையா? அந்த மாதிரிதான் இதுவும். நாங்க அடிமாட்டுக்காரனுங்க, எங்களுக்கு அம்பது ரூவான்னாத்தான் கட்டும். அதுக்கு மேலே உங்க இஸ்டம்.'

கிழவன் சும்மா இருக்கக் கூடாதா? 'ஐயையோ! இத்தனை நாளா நம்மைப் போஷித்து வந்த பசுவை இப்போ அடிமாட்டுக்காரனுக்கா கொடுக்கப் போறே? வேண்டாம்டா. பசு லட்சுமி மாதிரி, பேசாம ஏதாவது ஒரு கிராமத்துக்கு ஓட்டு, மாசம் ரெண்டு மூணு வாங்கிக்கிட்டு இதை மேய்க்க அங்கே எத்தனையோ பேரு இருக்காங்க. அவங்களே இதைச் சினைக்கும் விட்டு மாடும் கன்றுமா ஓட்டிவந்து இங்கே விட்டுடு வாங்க!' என்றார்.

'அது எனக்குத் தெரியும், நீ பேசாமல் இரு! என்ற அதிகாரி, எங்கே ஐம்பது ரூபாய் கொடுங்கள் இப்படி!' என்றார்;

அவர்கள் கொடுத்தார்கள். ‘ஓட்டிக்கொண்டு போங்கள்’ என்றார். அவர்கள் என்னை ஓட்டிக்கொண்டு சென்றார்கள். கிழவர் சொன்னார்:

ஒரு சமயம் நானும் இப்படி ஒரு மாட்டை விற்றேன். ஆனால் அடிமாட்டுக்காரனுக்கு விற்கலே, என்னைப்போல சம்சாரிக்கு விற்றேன். அது அவன் கிட்ட நிற்காம என்னைத் தேடி ஓடி வந்துடும். அவ்வளவு பாசம் அதுக்கு என் மேலே. கடைசியிலே இருக்கிற கஷ்டம் இருக்கட்டும்னு அவன் கொடுத்த காசை அவன் மூஞ்சியிலேயே விட்டெறிந்துவிட்டு அந்த மாட்டை நானே வாங்கி வெச்சுக்கிட்டேன். அந்த மாதிரி இதுவும் என்னைத் தேடி வரணும்கிறது தான் இனிமே என் கவலையாயிருக்கும்.

ஐ. ஏ. எஸ். அதிகாரி சொன்னார்.

“என் கவலை என்ன தெரியுமா? பால் மறந்த மாட்டை வாங்க அடி மாட்டுக்காரன் என்று ஒருவன் இருப்பது போல, வயசாகிப் போன உங்களை வாங்க அப்படி ஒருவன் இல்லையே என்பதுதான்.”

எப்படி இந்தப் பிள்ளை மனம்?

ஓ, மனிதா! இப்போது தெரிகிறதா, உனக்கு?— நானும் அந்தக் கிழட்டுத் தம்பதியரும் எந்த விஷயத்தில் ஒன்று பட்டிருக்கவில்லை என்று?

தெரியவில்லையென்றால் மீண்டும் சொல்கிறேன்—நான் தேவையில்லாத போது அந்த ஐ. ஏ. எஸ். காரரால் என்னை அடிமாட்டுக்காரனுக்கு விற்றுவிட முடிகிறதாம். அதே மாதிரி தன் தாய்-தந்தையரை விற்றுவிட அவரால் முடியவில்லையாம்!

இதிலிருந்து என்ன தெரிகிறது? அன்புக்குப் பணம் மட்டும் இருந்தால் போதாது; குணமும் வேண்டுமென்று தெரியவில்லையா? அந்தக் குணம் உங்களில் எத்தனை பேருக்கு இருக்கிறது? பட்டப்பகலில் யாரோ விளக்கை ஏற்றிக்கொண்டு எதையோ தேடினராமே, அப்படித்தான் தேடவேண்டும், இல்லையா?

இந்த லட்சணத்தில் உங்களுக்குள்ளேயே நீங்கள் காட்டிக்கொள்ளாத கருணையை என்னிடமா காட்டப் போகிறீர்கள்?—வெட்கக் கேடு!

7. ஆந்தை கேட்கிறது

'நம்மை என்ன கேட்கப் போகிறது, இந்த ஆந்தை' என்று நீங்கள் எடுக்கும்போதே நினைத்து விழிக்காதீர்கள். விழித்து 'என்னடா ஆந்தை மாதிரி விழிக்கிறாய்?' என்று உங்களை உங்கள் நண்பர்கள் கேட்கவைத்து, என்னை வீணாகச் சந்தியில் இழுத்து வைக்காதீர்கள். ஏனெனில், உங்களில் சிலரைப் போல 'நமக்குத் தெரியாதது இந்த உலகத்தில் ஒன்றுமேயில்லை' என்று எண்ணி நான் தலையைக் கனக்க வைத்துக் கொள்வதுமில்லை; 'ஒன்றுமே தெரியவில்லையே நமக்கும்' என்று எண்ணித் தலையைக் கவிழ்த்துக் கொள்வதுமில்லை. இதனால் தெரிந்ததை நினைத்து நான் விறைப்பதும் கிடையாது; தெரியாததை நினைத்து விழிப்பதும் கிடையாது. எப்போதும் வழிமேல் விழிவைத்து எச்சரிக்கையுடன் இருப்பது என் சுபாவம்; அது உங்களுக்கு நான் விழிப்பதுபோல் படுகிறது. அவ்வளவே.

'ஆந்தை விழிக்கக் கண்டேன்' என்பதோடு நிற்கிறீர்களா நீங்கள்? இல்லை; இரவு நேரங்களில் நான் குரல் கொடுத்தால் போதும் 'அபசகுணம், அபசகுணம்' என்று அலறுவதில் என்னைக்கூடத் தூக்கியடித்து விடுகிறீர்கள். அந்த நேரம் பார்த்து யாராவது ஒருவர் உங்கள் வீட்டில் சாவோடு போராடிக் கொண்டிருந்தால் அவர் சாவது சர்வ நிச்சயம் என்று தீர்மானித்து, அவருடைய உயிர் பிரிவதற்கு முன்னால் உயில் எழுதி வாங்கிக் கொண்டுவிட வேண்டுமென்று நீங்கள் அவசர அவசரமாக வக்கீலை அழைத்து வர ஓடுகிறீர்கள்.

இதைச் சொல்லும்போது சில நாட்களுக்கு முன்னால் நிகழ்ந்த சம்பவம் ஒன்று என் நினைவுக்கு வருகிறது. இப்படித்தான் ஒருவர் என் குரலைக் கேட் டும் ஒருநாள் இரவு வக்கீலை அழைத்துவர ஓடினார். ஆனால் நடந்தது என்ன தெரியுமா? வீட்டில் சாவோடு போராடிக் கொண்டிருந்தவர் பிழைத்து எழுந்துவிட்டார்; வக்கீலை அழைத்து வரப்போனவர்

எதிர்பாராத விதமாகக் கார் விபத்தில் சிக்கிக் கண்ணை மூடிவிட்டார்!

இவரைப்போல் எத்தனை பேர் பிராணனை விட்டால் என்ன, நீங்கள் என்னவோ உங்கள் மூடநம்பிக்கைகளை இந்த யுகத்தில்விடப் போவதில்லை. விட்டால் எங்கே தன்னம்பிக்கை வந்துவிடுமோ என்ற பயம் போலும்.

வேடிக்கையானவர்கள் நீங்கள்!

இந்த வேடிக்கையில் ஒரு வேடிக்கை வென்றால் உங்களில் சிலர் எங்களில் சிலரைப் பிடித்து ஓரிடத்தில் அடைத்து வைத்து, அந்த இடத்துக்கு 'மிருகக் காட்சிச்சாலை' என்று பெயர் வைத்து, அதை எல்லாரும் வேடிக்கை பார்க்க வைப்பது.

உண்மையில் அங்கே நீங்களா எங்களை வேடிக்கை பார்க்கிறீர்கள்! இல்லை; நாங்கள் தான் உங்களை வேடிக்கை பார்க்கிறோம்.

இருக்காதா, ஒரு காலத்தில் எப்படி இருந்தவர்கள் நீங்கள்! அதை நினைத்தால் எங்களுக்கு வேடிக்கையாக மட்டுமல்ல, வேதனையாகவும் இருக்கிறது.
உங்கள் நாட்டில் 'உண்மை' என்று ஒன்று இல்லையாம். பொய் பேசுபவர்களே இல்லாததால், 'வலிமை' என்று ஒன்று இல்லையாம், பகைவர்களே இல்லாததால் 'ஈகை' என்று ஒன்று இல்லையாம், ஏழை என்று யாருமே இல்லாததால். 'அறிவுடைமை' என்று ஒன்று இல்லையாம். எல்லாரும் கற்றறிந்தவர்களாயிருந்ததால்...

இப்படி நானா சொல்கிறேன். இல்லை; கம்பன் சொல்கிறான். அதையும் எப்படிச் சொல்கிறான்?

“வண்மை இல்லை, ஓர் வறுமை இன்மையால்;
திண்மை இல்லை, நேர்செறுநர் இன்மையால்;
உண்மை இல்லை, பொய்யுரை இலாமையால்
வெண்மை இல்லை, பல் கேள்வி மேவலால்”

சரி, இவன் கவிஞன் தானே? இவன் சொல்வது ஒரு வேளை கற்பனையாகக்கூட இருக்கலாம். சீனயாத் திரிகனான யுவான் சுவாங் என்ன சொல்கிறான்?—அந்த நாளில் இங்கே வெளியே போகும்போது கூட யாரும் வீட்டைப் பூட்டிக்கொண்டு போகவில்லையாம், திருடர்களே இல்லாததால். தாகத்துக்குத் தண்ணீரைத் தேட வேண்டிய அவசியமே நேரவில்லையாம், பாலும் மோரும் வேண்டிய மட்டும் கிடைத்ததால். உணவுக்கோ, உறைவிடத்துக்கோ எங்கும் அலையவில்லையாம். எல்லா வீடுகளுமே விருந்தோம்பும் வீடுகளாயிருந்ததால்...

அப்போது இப்படியெல்லாம் இருந்த நீங்கள் இப்போது எப்படி இருக்கிறீர்கள்? ஊரிலிருந்து உடன் பிறந்த தம்பி வந்தாலும் உங்களில் பலர் அவனுக்கு வேண்டிய உணவுக்கும் உறைவிடத்துக்கும் ஓட்டலைக் காட்டி, ‘அதுதான் உனக்குச் சௌகரியமாயிருக்கும்’ என்று உடனே கையைக் கழுவிக்கொண்டு விடுகிறீர்கள்’ பாலுக்கும் தண்ணீருக்குமோ இப்போது பேதமே இருப்பதில்லை; இரண்டும் ஒன்றாகிவிட்டன. மோரில் வெண்ணெய் என்று ஒன்று திட்டுத் திட்டாக, மிதக்குமே அதைப் பாலாக இருக்கும்போதே இயந்திர உதவி கொண்டு எடுத்து நல்ல விலைக்கு விற்றுவிடுகிறீர்கள். வெண்ணெய் எடுத்த பாலையும் நீங்கள் சும்மா விடுவதில்லை; அதையும் தயிராகவும் மோராகவும் ஆக்கி, ஏமாந்தவர்கள் தலைகளிலெல்லாம் கட்டி விடுகிறீர்கள். திருடர்களைப் பற்றியோ பேசக் கூடாது—முன்னெல்லாம் சைக்கிளை வெளியே விட்டு வைக்கமுடியாமல் இருந்தது; இப்போதோ காரையே வெளியே விட்டு வைக்க முடியவில்லை.

ஆகா! என்ன முன்னேற்றம், என்ன முன்னேற்றம்!

‘எல்லாம் நானே!’ என்றான் சாட்சாத் கண்ணபிரான். ‘அவனுக்கு நாங்கள் ஒன்றும் தோற்றவர்கள் அல்ல’ என்பதுபோல் நீங்களும் எல்லாமாக இருக்கிறீர்கள். திருடனும் நீங்களே; திருடனைப் பிடிக்கும் போலீஸ்காரனும் நீங்களே. தண்டனை வழங்கும் நீதிபதியும் நீங்களே; அந்தத் தண்டனையை அனுபவிக்கும் கைதியும் நீங்களே.

உங்கள் மேலேயே உங்களுக்கு நம்பிக்கை இல்லாமல் போய்விட்டதால்தானோ என்னவோ, எடுத்ததற்கெல்லாம் சட்டத்தை நம்புகிறீர்கள், அந்தச் சட்டங்களை உருவாக்குபவர்களும் நீங்களே; உடைத்தெறிபவர்களும் நீங்களே.

பலன்—உங்களுக்கு நீங்களே கொடுத்துக் கொள்ளும் தண்டனைகள் உங்களுடைய குற்றங்களைக் குறைப்பதாகத் தெரியவில்லை; மாறாக அதிகப்படுத்திக் கொண்டே இருக்கின்றன. வேண்டுமானால் கோர்ட்டுக்குப் போய்க் கொஞ்ச நேரம் நின்று பாருங்கள்; குற்றவாளிகளில் பலர் முதல் தடவையாக மட்டும் அல்ல, முப்பதாவது தடவையாகவும் சிறைக்குப் போய்க் கொண்டிருப்பார்கள்!

ஓ, மனிதா! இதைவிட ஒரு வேடிக்கை, இதைவிட ரசமான ஒரு பொழுது போக்கு வேறு ஏதாவது இருக்க முடியுமென்று நீ நினைக்கிறாயா?—நிச்சயமாக இருக்க முடியாது.

அதனால் தான் இந்த மாதிரி வம்புகளுக்கெல்லாம் நாங்கள் போவதில்லை: எங்களுக்கிடையே உள்ள ‘சமூக விரோதி’களை அவ்வப்போது விரட்டி விடுவதோடு நாங்கள் நிறுத்திக் கொண்டு விடுகிறோம். யார் அந்த விரோதிகள் என்கிறாயா? சொல்கிறேன்; உங்கள் முகத்தில் அடிக்கடி விழித்துக் கொண்டிருப்பதால்தானோ என்னவோ, எங்களிலும் சிலர் இப்போது திருடர்களாகி இருக்கிறார்கள்.

அவர்களில் பகல் திருடர்களும் உண்டு; இராத்திருடர்களும் உண்டு. பகல் திருடர்களிடமிருந்து மற்றப் பறவைகளின் முட்டைகளையும், குஞ்சுகளையும் காக்கும் பொறுப்பைக் கரிச்சான் குருவி ஏற்கிறது. இராத் திருடர்களிடமிருந்து காக்கும் பொறுப்பை நான் ஏற்கிறேன்.

அதாவது, கரிச்சான் குருவி ‘டே வாட்ச்மேன், நான் ‘நைட் வாட்ச்மேன்’ இரவில் பாம்பையோ, பூனையையோ கண்டு நான் அலறுவது மற்றப்பறவைகளை எச்சரிப்பதற்காக; உங்களைப் பயமுறுத்துவதற்காக அல்லவே அல்ல.

இந்தச் சேவைக்காகத் 'தொண்டன்' என்று சொல்லிக் கொண்டு நான் எந்தத் தலைவனின் வாலையும் பிடித்துக் கொண்டு திரிவது கிடையாது. 'வட்டச் செயலாளர்' என்று சொல்லிக் கொண்டு என் 'உண்டி'க் காகக் கட்சி உண்டி'யைக் குலுக்குவது கிடையாது; எம். எல். ஏ சீட்டுக்கோ எம். பி. சீட்டுக்கோ தவம் செய்வதும் கிடையாது; எப்படியாவது அமைச்சராக வேண்டுமென்ற மனத்தின் நமைச்சலால் கட்சி விட்டுக் கட்சி மாறுவதும் கிடையாது, சுருங்கச் சொன்னால் என் சேவை சேவைக்காகவே வேறு எதற்காகவும் அல்ல.

ஒருவேளை நானும் உன்னைப் போல் மனிதனாய்ப் பிறக்காமற் போனதுதான் இதற்குக் காரணமாயிருக்ருகுமோ என்னவோ, யார் கண்டார்கள்?

8. ஆடு கேட்கிறது

'எங்களுக்கு மட்டுமே சிரிக்கக் கூடிய ஆற்றலைக் கடவுள் அளித்திருக்கிறார். மிருகங்களுக்கு அந்த ஆற்றல் இல்லை' என்று மனிதர்களாகிய நீங்கள் அவ்வப்போது பெருமையாகச் சொல்லிக் கொள்வதை நான் எத்தனையோ முறை கேட்டிருக்கிறேன். கேட்டு 'ஐயோ, பாவம்!' என்று அனுதாபப்பட்டும் இருக்கிறேன்!- வேறு என்ன செய்ய? என்னுடைய நிலையில் இதற்கு மேல் ஒன்றும் செய்ய முடியாதே!

உண்மை என்னவென்றால், எங்களில் பிறரைப் பார்த்துச் சிரிக்கவோ, அல்லது எங்களைப் பார்த்து நாங்களே சிரித்துக் கொள்ளவோ எங்களிடம் எந்த அசட்டுத்தனமும் இல்லை; அதனால் எங்களைக் கடவுள் சிரிக்க வைத்து வேடிக்கை பார்க்கவில்லை. உங்களிடமோ பிறரைப் பார்த்துச் சிரிப்பதற்கும், உங்களை நீங்களே பார்த்துச் சிரித்துக் கொள்வதற்கும் எத்தனையோ அசட்டுத்தனங்கள் இருக்கின்றன. அதனால் கடவுள் உங்களைச் சிரிக்க வைக்கிறார்; சிரிக்க வைத்து வைத்து வேடிக்கையும் பார்க்கிறார்.

உதாரணத்துக்கு ஒன்றா இரண்டா, எத்தனையோ சொல்லலாம்,

'இரண்டு உலக மகா யுத்தங்களின் போது, தான் கண்ட பயங்கர விளைவுகளின் காரணமாக நேற்று முளைத்த வெண்டல் வில்கி என்ற ஓர் அமெரிக்கன் 'ஒரே உலகம்' என்ற தலைப்பில் எல்லா மனிதர்களும் ஒன்றே என்பதை வலியுறுத்துவதற்காக ஒரு புத்தகம் எழுதினாலும் எழுதினான், 'ஓகோ!' என்று அவனைத் தலை மேல் தூக்கி வைத்துக்கொண்டு கூத்தாடுகிறீர்களே, கல் தோன்றி மண் தோன்றாக் காலத்துக்கும் முன் பிறந்த மூத்த குடிமகனாம்

தமிழ் மகன் அன்றே என்ன சொன்னான்? - 'யாதும் ஊரே, யாவரும் கேளிர்' என்று சொல்லவில்லையா? அந்தப் பரம்பரையில் வந்தவர்களாக்கும் நாங்கள்!' என்று நீங்கள் ஒரு சமயம் சொல்கிறீர்கள்; ஒரே உலகமாவது ஒரே மனிதர்களாவது? அதெல்லாம் ஒன்றுமில்லை; கண்டத்துக்குக் கண்டம், தேசத்துக்குத் தேசம் மக்கள் வேறுபடுகிறார்கள்; அமெரிக்கனும் ஆஸ்திரேலியனும் ஒன்றாகிவிட முடியுமா? பிரெஞ்சுக்காரனும் பிரிட்டிஷ்காரனும் ஒன்றாகிவிட முடியுமா? ஜெர்மானியனும் ஜப்பானியனும் ஒன்றாகிவிட முடியுமா? அவரவர்களுக்கென்று தனி மொழி உண்டு; தனிக் கலாச்சாரம் உண்டு என்று இன்னொரு சமயம் சொல்கிறீர்கள்.

சரி, உலகத்தை விடுங்கள்; தேசத்தை எடுங்கள்—தேசம் என்றால், உங்கள் பாரத தேசத்தைச் சொல்கிறேன். புராண இதிகாசக் காலங்களில் 'கண்ட'மாகவும் கருதப்பட்டு வந்த உங்கள் தேசத்துக்குள் தேசமாக ஐம்பத்தாறு தேசங்கள் அப்போது இருந்தன. அந்த ஐம்பத்தாறு தேசங்களுக்கும் ஐம்பத்தாறு ராஜாக்கள் இருந்தார்கள். அந்த ஐம்பத்தாறு ராஜாக்களுக்கும் எல்லாமே ஐம்பத்தாறு ஐம்பத்தாறாக இருந்தாலும், அந்தப்புர அழகிகள் மட்டும் அந்தக் கணக்கில் அடங்காதவர்களாயிருந்தார்கள்! —ராஜாக்களல்லவா? அந்த விஷயத்தில் சிக்கனத்தைப் பார்க்க– லாமா? அவர்களுக்குரிய 'மரியாதை'யே அந்த நாளில் அதில்தானே இருந்தது?

அந்தக் காலம் மாறி, 'சரித்திரக் காலம்' என்று ஒரு காலம் வந்தது அந்தக் காலமும் உங்களைப் பொறுத்தவரை 'போதாத கால'மாகவே இருந்து வந்தது. உள்நாட்டு ராஜாக்களின் புண்ணியத்தால் பல வெளி நாட்டு ராஜாக்கள் இங்கே தாமாகவும் வந்தார்கள்; இறக்குமதியும் செய்யப்பட்டார்கள், அவர்களுக்கு நீங்கள் மட்டும் அடிமையாகவில்லை; உங்கள் ராஜாக்களும் அடிமையானார்கள்.

சுதந்திரம்?—அதைப் பற்றி உங்களில் யாருமே கவலைப்படவில்லை— எப்போது கவலைப்பட்டீர்கள்,

இப்போது கவலைப்பட?—ஏதோ, கிடைத்தவரை ஆதாயம்! அது தானே உங்கள் ‘பாலிஸி?’

நல்ல வேளையாக உங்கள் நாட்டின் வடபுலத்தில் சுதந்திர வேட்கை மிக்க லோகமானிய பால கங்காதர திலகர், கரம் சந்திரமோகனதாஸ் காந்தி போன்றவர்கள் தோன்றினார்கள்; தென்புலத்தில்வாஞ்சிநாதன், வ. உ. சிதம்பரம் போன்றவர்கள் தோன்றினார்கள். எல்லாருமாகச் சேர்ந்து உங்களிடையே சுதந்திரத் தீயை மூட்டினார்கள். ‘கத்தியின்றி ரத்தமின்றி யுத்தம் ஒன்று வருகுது’ என்று பாடினார் இன்று உலகத்தோடு ஒட்டி வாழும் நாமக்கல் கவிஞர், அப்படியே வந்தது; தேசம் விடுதலை அடைந்தது.

எந்த நிலையில்?—அந்த நாள் ஐம்பத்தாறு ராஜாக்களுக்குப் பதிலாக இந்த நாள் ராஜாக்கள் இருநூற்றுச் சொச்சம் பேரைக் கொண்ட நிலையில்!

அதையும் ஒருவழிப்படுத்தி உதவினார் தீரர் வல்லபாய் பட்டேல். ‘அப்பாடா! உலகம் ஒரே உலகமாகா விட்டாலும் தேசமாவது ஒரே தேசமாயிற்றே, அது போதும்!’ என்று உங்களில் பலர் அன்று பெருமூச்சு விட்டீர்கள்.

அதற்கும் ஆபத்து வரும் போலிருந்தது, ‘ஏக இந்தியா’வுக்கு பதிலாக ‘அவியல் இந்தியா’ கேட்பவர்களிடமிருந்து. அதைத் தவிர்ப்பதற்காக வருடத்தில் ஒரு நாளைத் தேர்ந்தெடுத்து, அந்த நாளை ‘ஒருமைப்பாட்டு நாள்’ என்று குறிப்பிட்டு, பின்வரும் ‘பிரதிக்கினை’யை எடுத்து வருகிறீர்கள்.

‘நாட்டின் உரிமை வாழ்வையும், ஒருமைப்பாட்டையும் பேணிக் காத்து வலுப்படுத்த நான் செயற்படுவேன் என்று உளமார உறுதி கூறுகிறேன். ஒரு போதும் வன்முறையை நாடேன் என்றும், சமயம், மொழி வட்டாரம் முதலியவை காரணமாக எழும் வேறுபாடுகளுக்கும், பூசல்களுக்கும், ஏனைய அரசியல். பொருளாதார குறைபாடுகளுக்கும்

அமைதி நெறியிலும், அரசியல் அமைப்பின் வழியிலும் நின்று தீர்வு காண்பேன் என்றும், நான் மேலும் உறுதியளிக்கிறேன்.'

இப்படி உறுதிமொழி எடுத்த மறுநாளே நீங்கள் என்னசொல்கிறீர்கள்? 'ஒருமைப்பாடாவது, ஒண்ணாவது! அதெல்லாம் ஒன்றுமில்லை; காஷ்மீரும் பஞ்சாபியும் ஒன்றாகிவிட முடியுமா? குஜராத்தியும் மராத்தியும் ஒன்றாகிவிட முடியுமா? வங்காளியும் தமிழனும் ஒன்றாகிவிட முடியுமா? அவரவர்களுக்கென்று தனி மொழி உண்டு: தனிக் கலாச்சாரம் உண்டு!' என்று சொல்கிறீர்கள். சொல்வதைச் சும்மாவாவது சொல்கிறீர்களா என்றால் அதுவும் இல்லை!

'ஜனகண மன அதி நாயக ஜயஹே
பாரத பாக்கிய விதாதா
பஞ்சாப சிந்துகுஜ ராத மராட்டா
திராவிட உத்கல வங்கா......'

என்று அடி பிறழாமல், தாளம் தவறாமல் பாடிவிட்டுச் சொல்கிறீர்கள். அந்தப் பாட்டின் பொருள் உங்களுக்குத் தெரியாமலா இருக்கும்?—தெரிந்துதான் இருக்கும்.

'இந்தியாவின் சுகதுக்கங்களை நிர்ணயிக்கிற நீதான மக்கள் எல்லாருடைய மனத்திலும் ஆட்சி செலுத்துகிறாய்...'

'நின் திருநாமம் பஞ்சாபையும் சிந்துவையும், குஜராத்தையும் மகாராஷ்டிரத்தையும், திராவிடத்தையும் வங்காளத்தையும் உள்ளக் கிளர்ச்சி அடையச் செய்கிறது!...'

'அது விந்திய, இமாசல மலைகளில் எதிரொலிக்கிறது; யமுனை, கங்கை கதிகளின் இன்ப நாதத்தில் கலக்கிறது. இந்தியக்கடல் அலைகளால் ஜபிக்கப்படுகிறது!'

'அவை நின் ஆசியை வேண்டுகின்றன, நின் புகழைப் பாடுகின்றன!...'

'இந்தியாவின் சுகதுக்கங்களை நிர்ணயிக்கிற உனக்கு வெற்றி, வெற்றி, வெற்றி!'

ஓ மனிதா! என்னை வைத்து நீ ஒரு கதை கட்டிவிட்டிருக்கிறாயே, அது நினைவிருக்கிறதா, உனக்கு? இல்லாவிட்டால் சொல்கிறேன், கேள்:

ஒரு வாய்க்காலின் இக்கரையில் நின்று ஆட்டுக்குட்டி ஒன்று தண்ணீர் குடித்துக் கொண்டிருந்ததாம். அக்கரைக்குத் தண்ணீர் குடிக்க வந்த ஓர் ஓநாய் 'ஏண்டா பயலே! தண்ணீரை ஏன் கலக்குகிறாய்?' என்று ஆட்டுக் குட்டியை வம்புக்கு இழுத்ததாம். 'இது என்ன அநியாயம்? நான் எங்கே தண்ணீரைக் கலக்கினேன்?' என்று ஆட்டுக்குட்டி விழித்ததாம். 'நீ கலக்காவிட்டால் உன் அப்பன் கலக்கியிருப்பான்; உன் அப்பன் கலக்காவிட்டால் உன்னுடைய பாட்டன் கலக்கியிருப்பான்' என்று உறுமிக் கொண்டே ஆட்டுக்குட்டியின் மேல் பாய்ந்து அதைக் கொன்று தின்று விட்டதாம் ஓநாய்.

அதாவது, எந்த அநியாயத்தைச் செய்தாலும் அதை ஏதோ ஒரு நியாயத்தின் பேரால் செய்வது உன் தருமம். அந்தத் தருமத்தையே ஓநாயின் கதையிலும் நீ அடி நாதமாக வைத்திருக்கிறாய்!

இந்த ஒருமைப்பாடு விஷயத்தில் மட்டும் அதை நீ விட்டுவிடுவாயா?—ஒருபக்கம் ஒருமைப்பாட்டைப்பற்றி பேசிக் கொண்டே, இன்னொரு பக்கம் நீ 'தனிக்காட்டு ராஜ தர்பார்' நடத்த வேண்டும் என்பதற்காக மொழி, இனம் என்று ஏதேதோ சொல்லி மக்களைக் கிளப்பி விடுகிறாயே?—கடைக்குப் போய்க் கையில் காசில்லாவிட்டாலும் 'ரைஸ் ஒன் கிலோ' என்றால் கொடுத்து விடுவான்; 'அரிசி ஒரு கிலோ'

என்றால் கொடுத்து விடுவான். கையில் காசிருந்தாலும் 'சாவல் ஏக் கிலோ' என்றால் கொடுக்கமாட்டானா என்றால், 'கொடுக்கிறானோ இல்லையோ, அதுதான் ஒருமைப்பாட்டுக்கு வழி!' என்கிறோம்! 'சண்டைக்கு வேண்டுமானாலும் எல்லாரும் சேர்ந்தாற்போல் போவோம்; சாப்பாட்டுக்கு மட்டும் நீ வேறே, நான் வேறே; அவன் வேறே, இவன் வேறே தான்' என்று 'நாங்கள் இப்போது பிரிவினையைப் பற்றிப் பேசவில்லை, நாங்கள் இப்போது பிரிவினையைப் பற்றிப் பேசவில்லை' என்று சொல்லிக்கொண்டே பிரித்துப் பிரித்துப் பேசிக்கொண்டிருக்கிறாயே? என்றால், 'சமாதானத்துக்கு அதுதான் வழி!' என்கிறாய்!

வேடிக்கையாக இல்லை?

இந்த மாதிரி வேடிக்கை எதற்கும் இடம் கொடாமல் நாங்கள் தொன்று தொட்டு எங்களுக்குள் ஒருமைப் பாட்டைக் காத்துவருகிறோம் என்பது உனக்குத் தெரியும், நாட்டுக்கு நாடு நாங்கள் காலநிலை காரணமாக நிறத்தால் வேறுபட்டிருந்தாலும், குரலால் வேறுபட்டிருந்தாலும், மேயும்போது நாங்கள் ஒரு மந்தையாகவே மேய்கிறோம் என்பதும், இரவில் எங்கேயாவது தங்கும் போதும் ஒரு மந்தையாகவே தங்குகிறோம் என்பதும் உனக்குத் தெரியும். தெரிந்தும் நீ எங்களைப் பற்றி என்ன சொல்கிறாய்? எங்களுக்குச் சுயபுத்தி இல்லையென்றும், அதனால் தான் ஒன்றன் பின் ஒன்றாகக் கண்ணை மூடிக்கொண்டு போகிறோ மென்றும் எங்களை இழித்தும் பழித்தும் சொல்கிறாய்!

உண்மைதான்; உங்களுக்குள்ள 'சுயபுத்தி' எங்களுக்கு இல்லை என்பது என்னவோ உண்மை தான். இருந்தால்தான் நாங்களும் உங்களைப்போல் வருடந்தோறும் ஒருமைப்பாட்டுப் 'பிரதிக்கினை' என்று ஒன்றை எடுத்துக் கொண்டு, நிமிடந்தோறும் பிரிவினையைப் பற்றிப் பேசிக் கொண்டிருப்போமே!

வெட்கமாயில்லை உங்களுக்கு?

9. சிட்டுக்குருவி கேட்கிறது

உலகத்தில் எத்தனையோ பறவைகள் இருந்தாலும் என்னைப்போல் வேறு எந்தப் பறவையும் உங்களுடன் அவ்வளவு நெருங்கிப் பழகுவதில்லை.

உங்கள் வீட்டு விட்டங்களின் மேலும், சாளரங்களின் மேலும் நாங்கள் 'ஜிவ்'வென்று பறந்து வந்து உட்காருவதையும், 'கிச்சுக் கிச்சு' என்று காதல் மொழி பேசிக் களிப்பதையும் நீங்கள் அன்றாடம் பார்த்துப் பெருமூச்சு விடுகிறீர்கள். அவ்விதம் பெருமூச்சு விடும் போதெல்லாம் இந்தச் சிட்டுக் குருவிகளுக்குள்ள நிம்மதிகூட நமக்கு இல்லையே? எந்த நேரம் பார்த்தாலும் ஏதாவது ஒரு கவலை நம்மைப் பிடித்து வாட்டிக் கொண்டே இருக்கிறதே! என்று நீங்கள் குமைகிறீர்கள்.

மாதம் நூறு ரூபாய் வருமானம் வரும்போது இருந்த கஷ்டம், ஆயிரம் ரூபாய் வருமானம் வரும் போதும் அப்படியே இருக்கிறது.

இரண்டு ஏக்கர் விளைநிலத்துக்கு அதிபதியாயிருந்த போது பட்ட, அல்லல்கள் இருபது வேலி விளைநிலத்துக்கு அதிபதியான பிறகும் குறையவில்லை.

குச்சு வீட்டில் வாசம் செய்தபோது இருந்த மன உளைச்சல், மச்சு வீட்டுக்குக் குடியேறியும் தீரவில்லை. சைக்கிள் ஸ்கூட்டராகி, ஸ்கூட்டர் கார் ஆகி என்ன பயன்?— அப்போது காலை வலித்தது; இப்போது இதயத்தை வலிக்கிறது!

ஏன் இந்தத் துன்பம்? இந்தத் துன்பத்துக்கெல்லாம் யார் காரணம்?

ஆயிரம் ரூபாய்க்கு மேல் சம்பளம் கொடுக்காத அதிபரா?

இன்னும் கொஞ்சம் கூடுதலாக விளையாத விளைநிலமா?

இமய மலையின் உச்சியை எட்டிப் பிடிக்காத மச்சு வீடா?

ஏரோப்பிளேன் ஆகாத காரா?

இல்லை; இவற்றில் எதுவுமே உன் துன்பத்துக்குக் காரணமில்லை.

பின் யார் காரணம்? எது காரணம்?

எல்லாவற்றுக்கும் காரணம் நீயும், நீ கண்ட சொத்துரிமையுமே.

சுதந்திரம் உன்னுடைய 'பிறப்புரிமை'யாயிருக்கலாம், ஆனால் சொத்துரிமை உன்னுடைய பிறப்புரிமை அல்ல; அது இயற்கையின் பிறப்புரிமை. அந்த உரிமையை நீ இயற்கையினிடமிருந்து அபகரித்தாலும் அபகரித்தாய், அதன் பலனை இப்போது நன்றாக அனுபவிக்கிறாய்!

சொத்துரிமைக்கு முன்னால் உன்னை ஆள உனக்கு மன்னன் தேவைப்படவில்லை; மந்திரிப் பிரதானிகள் தேவைப்படவில்லை. படை தேவைப்படவில்லை; படைக்கலன்களும் தேவைப்படவில்லை.

பின்னாலோ?—அவை எல்லாமே உனக்குத் தேவைப் பட்டன. முதலில் கூட்டம் கூட்டமாக வாழ்ந்த உங்களிடையே மூண்ட உரிமைப் போர், ஒரு கூட்டத்துக்கும் இன்னொரு கூட்டத்துக்கும் இடையே மூண்ட போராயிருந்தது. நாளடைவில் அதுவே ஒரு நாட்டுக்கும் இன்னொரு நாட்டுக்கும் மூண்ட போராயிற்று.

போர், போர்! ஓய்வில்லாத போர்; ஓழிவில்லாத போர்!

ஓர் உரிமைக்கா? - இல்லை; ஓராயிரம் உரிமைகளுக்காகப் போர்!

ஏன், ஒரு காலத்தில் வரைமுறையற்ற காட்டு மிராண்டிகளாய் வாழ்ந்து கொண்டிருந்த நீங்கள் உங்களுடைய நாகரிகத்தையே போரைக் கொண்டு தான் அன்றும் வளர்த்தீர்கள்; இன்றும் வளர்க்கிறீர்கள்.

ஆனால் அன்று இருந்த ராஜாக்கள் இன்று இல்லை; தப்பித்தவறி ஓரிருவர் இருந்தாலும் அவர்கள் வெறும் 'பொம்மை ராஜாக்க'ளாக இருந்து வருகிறார்கள். இவர்களுக்குப் பதிலாக 'மக்கள் பிரதிநிதிகள் என்று' சொல்லிக் கொள்வோர், எல்லாம் 'மக்களுக்காக' என்று சொல்லிக் கொண்டு எல்லாவற்றையும் 'தங்களுக்காக'வே செய்து கொண்டிருக்கிறார்கள். தெருவோரத்தில் துண்டு விரித்து மூன்று சீட்டு ஆடுவோர், 'வா ராஜா; வா; பத்து பைசா வைச்சா இருபது பைசா தரேன். ஒரு ரூபா வைச்சா இரண்டு ரூபா தரேன். பத்து ரூபா வைச்சா இருபது ரூபா தரேன்; வா ராஜா, வா!' என்று வருவோர் போவோரை யெல்லாம் கூவி அழைத்துக் கூட்டம் சேர்த்து, 'இதோ பார், கிங்! இதோ பார் க்வின்! 'இதோ பார் ஜோக்கர்!' என்று 'ஜோக்' காட்டுவது போல, 'இதோ பார், ஜனநாயகம் இதோ பார், சோஷலிஸம்! இதோ பார், ஜனநாயக சோஷலிஸம்!' என்று அவர்கள் ஒரு கண்ணை உங்கள் மேலும் இன்னொரு கண்ணை உங்கள் வோட்டின் மேலும் வைத்து மாற்றி மாற்றிக் காட்டிக் கொண்டிருக்கிறார்கள்.

போலீஸ் ஸ்டேஷன், நீதி மன்றம், சிறைச்சாலை, தூக்கு மேடை, ராணுவம்—இவையெல்லாம் மக்களின் பாதுகாப்புக்காக இருக்கின்றனவா? மக்கள் பிரதிநிதிகளின் பாதுகாப்புக்காக இருக்கின்றனவா?

யோசிக்க வேண்டிய விஷயம்.

இந்த நிலைமையில் நீங்களும் உங்கள் சொத்துரிமையை விட யோசிக்கிறீர்கள்; சொத்துரிமையும் உங்களை விட யோசிக்கிறது! இதனால் ஏற்பட்ட சொந்தமும் பந்தமும் வேறு சிலந்தி வலை பின்னுவது போல் பின்னி உங்களைத் தங்களிடையே சிக்க வைத்துக் கொண்டு விட்டன. அப்புறம் கேட்க வேண்டுமா?— நல உரிமை, நாட்டுரிமை என்று உங்களிடையே எடுத்ததற்கெல்லாம் போர்! எப்போது பார்த்தாலும் போர்!

போர் வரும் போதெல்லாம் சும்மாவா வருகிறது?—புதுப்புது ஆயுதங்களையும், புதுப்புது நாகரிகங்களையும் கொண்டு வருகிறது.

அது கடைசியாகக் கொண்டு வந்துள்ள ஆயுதம் கண்டம் விட்டு கண்டம் பாயும் ராக்கெட்; நாகரிகமோ எதைப் பற்றியும் கவலைப்படாத பழைய காட்டுமிராண்டி நாகரிகம்—அதற்கு இப்போது அளிக்கப்பட்டுள்ள பெயர் ஹிப்பிஸம்!

எந்த ஆயுதம் வந்தென்ன, எந்த நாகரிகம் வந்தென்ன, இருப்பவனுக்கும் இல்லாதவனுக்கும் இடையே ஏற்பட்டுவிட்ட பேதம் குறையவில்லை; வளருகிறது.

இருப்பவனைப் பார்த்து இல்லாதவன் குமுறுகிறான்; அந்த இல்லாதவன் ‘குமுற’லை இருப்பவன் ‘பொறாமை’ என்று பொய் சொல்லி மறைக்கப் பார்க்கிறான்.

இவர்கள் இருவரையும் ஏககாலத்தில் ஏமாற்றிப் பிழைக்க விரும்புபவனோ, ‘எல்லாம் அவன் செயல்; அவன் திருவுள்ளத்தை யாரே அறிய வல்லார்?’ என்று சூனியமான வானத்தைக் காட்டிக் கதைக்கிறான்.

இவனால் சிருஷ்டிக்கப்பட்ட கடவுளோ, பகல் வேடதாரிகள் பலருக்கு 'முதல்' இல்லாத 'மூலதன'மாக இருக்கிறார்.

இவரை வைத்து, 'உண்டு' என்பவனும் பிழைக்கிறான்; 'இல்லை' என்பவனும் பிழைக்கிறான்.

இவர்களுக்கு இடையே இருப்பவன் மட்டுமல்ல; இல்லாதவனும் இளிச்சவாயன் ஆகிறான்!

ஓ மனிதா! நீ சொத்துரிமை தேடியது எதற்காக?—நிம்மதிக்காக அந்த நிம்மதி இப்போது எங்கே இருக்கிறது?
'மதுவில் இருக்கிறது' என்கிறான் குடிகாரன்; மங்கையில் இருக்கிறது என்கிறான் பெண் பித்தன்.

ஞானியோ, 'மதுவிலும் மங்கையிலும் உள்ள நிம்மதி ஒரு கணந்தான்; முக்தியில் தான் அது நிரந்தரமாக இருக்கிறது' என்கிறான்.

இந்த ஞானிகளில் இன்று எத்தனைப் பேர் ராமகிருஷ்ண பரமஹம்ஸர்களாக, விவேகானந்தர்களாக இருக்கிறார்கள்?

சொல்வது கடினம்,

அது போகட்டும்; உன்னைப் பொறுத்தவரை நீ அந்த நிம்மதி எங்கே இருக்கிறதென்று நினைக்கிறாய்?

'கண்டு கொண்டேன்; கண்டுகொண்டேன்; நிம்மதி வேறு எங்கேயும் இல்லை, என் உள்ளத்தில் தான் இருக்கிறது என்பதைக் கண்டு கொண்டேன்!' என்று 'நாராயணா' என்னும் நாமத்தைக் கண்டு கொண்ட வைணவன் மாதிரி நீயும் குதிக்கிறாயா?

நில்; அப்படியெல்லாம் நினைத்து உன்னை நீயே மேலும் மேலும் ஏமாற்றிக் கொண்டிருக்காதே!

ஏனெனில், நீ எப்போது சொத்துரிமையை அடைந்தாயோ, அப்போதே உன் உள்ளத்தில் இருந்த 'நிம்மதி' உன்னை விட்டுப் போய் விட்டது,

அதற்குப் பதிலாக எத்தனையோ சொந்தங்களும் பந்தங்களும், ஆசைகளும் பாசங்களும் வந்து உன்னை அடைந்துவிட்டன.

இனி அவற்றை என்னைப் போல் நீயும் அவ்வப் போது உதறி எறிந்து விட்டு எந்தவிதமான கவலையும் இல்லாமல் நீ வாழ முடியுமென்று நினைக்கிறாயா?
ஒருநாளும் முடியாது.

அப்படியானால் நிம்மதிக்கு வழி?—கபீர்தாசர் சொல்லும் கதையைக் கேள்.

ஒன்றன் பின் ஒன்றாக எறும்புகள் சென்று கொண்டிருந்தன. முன்னால் சென்ற எறும்பின் வாயில் ஒரு குறு நொய் இருந்தது. வழியில் இன்னொரு குறு நொய்யைக் கண்டது அது. உடனே அதையும் எடுக்க அந்த எறும்பு முயன்றது—எப்படி முடியும்? அதன் வாயில் தான் ஏற்கெனவே ஒரு குறு நொய் இருக்கிறதே? —தவியாய்த் தவித்தது!

பின்னால் வந்து கொண்டிருந்த எறும்பு சொலலிற்று; 'ஒன்றை விடு, இன்னொன்றை எடு.'

ஆம்; ஒன்றை விடாமல் இன்னொன்றை எடுப்பது எப்படி?

'சொத்துரிமை' வேண்டுமானால் 'நிம்மதி'யை விடு; 'நிம்மதி' வேண்டுமானால் 'சொத்துரிமை'யை விடு.

இல்லாவிட்டால் என்னைப் போல் ஒரு நாளும் உன்னால் நிம்மதியாக வாழ முடியாது.

10. பைரவர் கேட்கிறார்

'யார் இந்த பைரவர்?' என்று விழிக்காதீர்கள்; அதுவும் ஏதோ ஒரு புராணக் கதையை ஒட்டி நீங்கள் கொடுத்த பெயர்தான் எனக்கு 'நாய்' என்று சொல்லிக் கொள்வதை விட 'பைரவர்' என்று சொல்லிக் கொள்வது கொஞ்சம் கௌரவமாயிருக்கிறதே என்பதற்காக அப்படி சொல்லியிருக்கிறேன்!

ஆமாம், 'கௌரவம் நடத்தையில் இல்லாவிட்டாலும் பெயரிலாவது இருக்கட்டும்' என்ற புத்திசாலித்தனம் எனக்கு எங்கிருந்து வந்திருக்கும்?...

வேறு எங்கே இருந்து வந்திருக்கப் போகிறது? எல்லாம் உங்களிடமிருந்து தான் வந்திருக்கும். சகவாச தோஷம் விடுமா?

கொஞ்சம் யோசித்துப் பார்த்தால் வெள்ளைக்காரன் காலத்தில் உங்கள் பெயருக்கு முன்னால் வந்து சேர்ந்த ராவ்பகதூர், திவான்பகதூர் போன்ற பட்டங்கள் உங்களுடைய கௌரவத்தை எத்தனை வகைகளில் உயர்த்தியிருக்கின்றன!

அவற்றின் அடிச்சுவட்டைப் பின்பற்றி இன்று உங்கள் பெயருக்கு முன்னால் வந்து சேரும் பத்மபூஷண், பத்மஸ்ரீ போன்ற பட்டங்கள் உங்களுடைய நடத்தைக்கு எத்தனை வகைகளில் சப்பைக்கட்டுக்கள் கட்டிக் கொண்டிருக்கின்றன!

அந்த வகையில் பார்த்தால் 'நாய்' என்று சொல்லும்போது அடியேனும் அதலபாதாளத்துக்குத் தாழ்ந்து விடுகிறேன்; 'பைரவர்' என்று சொல்லும் போது வான முகட்டுக்கு உயர்ந்து விடுகிறேன் போலிருக்கிறதே!

பெயரளவில் உங்கள் கௌரவத்தை மட்டுமா நீங்கள் உயர்த்திக் கொள்கிறீர்கள்? பெரிய 'சீர்திருத்தவாதி' என்ற பெருமையையும் புகழையும்கூட அடைந்து விடுகிறீர்கள்.

நேற்று வரை பழமைவாதியாயிருந்த கணேசய்யர் 'அய்யர்' என்ற வாலை நீக்கிக் 'கணேசன்' என்று சொல்லிக்கொண்ட மாத்திரத்தில் 'புதுமைவாதி'யாகிவிடுகிறார்; நேற்று வரை பத்தாம் பசலியாயிருந்த ராமசாமி அய்யங்கார், 'அய்யங்கார்' என்ற வாலை நீக்கி 'ராமசாமி' என்று சொல்லிக் கொண்ட மாத்திரத்தில் 'இருபதாம் நூற்றாண்டு பேர்வழி'யாகி விடுகிறார்; நேற்று வரை சுத்த கர்நாடகமாயிருந்த சுப்பராய முதலியார், 'முதலியார்' என்ற வாலை நீக்கிச் 'சுப்பராயன்' என்று சொல்லிக் கொண்ட மாத்திரத்தில் 'புரட்சிக் கன'லாகி விடுகிறார்; நேற்று வரை பழைய பஞ்சாங்கமாயிருந்த பராங்குசம் பிள்ளை, 'பிள்ளை' என்ற வாலை நீக்கிப் பராங்குசம் என்று சொல்லிக் கொண்ட மாத்திரத்தில் 'பகுத்தறிவுச் சிங்க'மாகிவிடுகிறார்!

இந்தப் 'பகுத்தறிவுச் சிங்கம்' ஞாயிற்றுக்கிழமை ஏதாவது ஒரு நல்ல காரியத்தைச் செய்வதாயிருந்தால் அதை மாலை நாலரை மணிக்குள்ளேயோ அல்லது ஆறு மணிக்கு மேலேயோ செய்யும். இடையே வரும் 'ராகு கால'த்தை மட்டும் இது பெயரிட்டுச் சொல்லாது; சொல்லாமலே விலக்கிச் 'சீர்திருத்தம்' செய்துவிடும்.

அதே மாதிரி திங்கட்கிழமை ஏதாவது ஒரு நல்ல காரியத்தைச் செய்வதாயிருந்தால், அதைக் காலை பத்தரை மணிக்குள்ளேயோ, அல்லது பகல் பன்னிரண்டு மணிக்கு மேலேயோ செய்யும், இடையே வரும் 'எமகண்டத்'தை இது பெயரிட்டுச் சொல்லாது; சொல்லாமலே விலக்கிப் புதுமை பூக்க வைத்து விடும்!

இம்மாதிரி 'பகுத்தறிவுச் சிங்க'ங்களின் வீட்டுத் 'திருமண அழைப்பிதழ்' ஏதாவது இருந்தால் அதை எடுத்துப் பாருங்கள்.

மிதுன லக்கினம், அமிர்த யோகம், திருவோன கட்சத்திரம், பஞ்சமி திதி என்று ஒன்றும் இருக்காது; ஆனால் மங்கல நாண் கட்டும் நேரம் மட்டும் 'காலை ஆறு மணியிலிருந்து ஏழரை மணி அளவில்' என்று கட்டாயம் விட்டுப் போகாமல் இருக்கும். மற்றவை? – பெயரளவில் விடப்பட்டுப் பெரும் புரட்சி நடந்திருக்கும்.

ஆக, எல்லாமே பொய்; போலி; பித்தலாட்டம்!

இவை மட்டுமா? – 'தெய்வசிகாமணி' என்ற பெயரை 'இறை முடிமணி' என்று மாற்றிக் கொண்டவர், தமிழ்ப் பற்றில் மறைமலையடிகளை மிஞ்சிவிட்டதாக நினைத்துக் கொண்டு மார்பை நிமிர்த்திக் கொண்டு நடப்பார்.

'மாணிக்கவாசகம்' என்ற பெயரை 'மணிமொழி' என்று மாற்றிக் கொண்டவர் தமிழ்ப் பற்றில் திரு. வி.க.வைப் புறங்கண்டுவிட்டதாகப் பூரித்துப் போய்விடுவார்.

இந்த லட்சணத்தில் வாழும் உங்களைச் சேர்ந்த ஒருவர் 'விவேக சிந்தாமணி' என்று ஒரு நூல் இயற்றியிருக்கிறார். அந்த நூலில் அவர் 'விவேக'த் தோடு பாடியுள்ள விருத்தத்தைப் பாருங்கள்:

'குக்கலைப் பிடித்து நாவிற்
கூண்டினில் அடைத்து வைத்து
மிக்கதோர் மஞ்சள் பூசி
மிகுமணம் செய்தா லுந்தான்
அக்குலம் வேற தாமோ?
அதனிடம் புனுகுண் டாமோ?
குக்கலே குக்க லல்லால்
குலந்தனிற் பெரிய தாமோ?

இவர் குலத்தைப் பார்த்த விதம் இப்படி; இவருக்கு முன்னாலேயே 'குலத்தளவே ஆகுமாம் குணம்' என்று

முத்தாய்ப்பு வைத்துப் பாடிய அவ்வை அதோடு நின்றாளா? இல்லை; 'ஜாதி இரண்டொழிய வேறில்லை' என்று வேறு 'சஸ்பென்ஸ்' வைத்துப் பாடினாள். அது என்ன 'சஸ்பென்ஸ்?' என்கிறீர்களா? 'ஜாதி இரண்டொழிய வேறில்லை' என்றதும் நீங்கள் என்ன நினைக்கிறீர்கள்? ஆண் ஜாதி பெண் ஜாதி-ஆக இரண்டு ஜாதி என்றுதானே நினைக்கிறீர்கள்? அதைச் சொல்லவில்லை அவள்; 'மேதினியில் இட்டார் பெரியோர், இடாதார் இழிகுலத்தோர்' என்கிறாள் பின்னால் அதற்கு விளக்கம் கொடுக்கும்போது. அவள் நிலை அப்படி; எப்போதும் யாராவது ஏதாவது இடுவதையே எதிர்பார்த்து வாழ்ந்தவளல்லவா அவள்?

வள்ளுவர் நிலை அப்படியல்ல; அவர் இந்தக் காலத்துப் 'பெரிய மனிதர்கள்' சிலரைப் போல அக்தக் காலத்திலேயே பிழைக்கத் தெரிந்தவர். 'உழுதுண்டு வாழ்வாரே வாழ்வார், மற்றெல்லாம் தொழுதுண்டு பின் செல்பவர்' என்று சும்மா ஒரு பேச்சுக்குச் சொல்லிவிட்டுத் தம்மைப் பொறுத்தவரை 'உழுதவன் கணக்குப் பார்த்தால் உழக்குக்கூடத் தேறாது' என்ற பொன் மொழிக்கு உரித்தான உழவுத் தொழிலை ஏற்காமல், 'நெய்யுந் தொழிலுக்கு நேரில்லை கண்டீர்' என்று நெய்யும் தொழிலை ஏற்றவர். அவர் என்ன சொல்கிறார் ஜாதியைப் பற்றி? - 'பிறப்பொக்கும் எல்லா உயிர்க்கும், சிறப்பொவ்வா செய்தொழில் வேற்றுமையான்' என்று அப்படியும் சொல்லாமல் இப்படியும் சொல்லாமல் பொதுப்படையாக ஏதோ சொல்லிவிட்டு, அந்தப் பிரச்னையிலிருந்தே மெல்ல நழுவிவிடுகிறார்.

மனிதர்களான நீங்கள் இப்படி; நாய்களான நாங்களோ?...

எதையும் இப்படி மூடி மறைப்பதும் கிடையாது; எதிலிருந்தும் இப்படி நழுவுவதும் கிடையாது.

எங்கள் குலம் நாய்க் குலம்தான். அந்தக் குலத்துக்கென்று ஒரு தனிக் குணமும் உண்டுதான், அந்தக் குணத்தை ஊரை

ஏமாற்றுவதற்காக நாங்கள் செயற்கையாக்கிக் கொண்டுவிடுவது கிடையாது; இயற்கையான குணத்தை இயற்கையானதாகவே வைத்துக் கொண்டிருக்கிறோம். இதில் என்ன தப்பு?

உங்களைப் போலவே நாங்களும் அல்சேஷன், ராஜபாளையம், அது இது என்று ஜாதியால் பிரிந்திருந்தாலும் இனத்தால், மொழியால், குணத்தால் ஒன்றுபட்டிருக்கிறோம். நீங்களோ? இனத்தைத் தவிர வேறு எதிலும் ஒன்றுபட்டிருப்பதாகத் தெரியவில்லை !

எங்கள் மொழி ஒன்றே— அதாவது, லொள் லொள்.

எங்கள் குணம் ஒன்றே— இதோ சான்றுகள்.

'வாழில் நாற்பது கோடியும் வாழ்வோம், வீழில் நாற்பது கோடியும் வீழ்வோம்' என்று பழைய கணக்கை வைத்து இன்றும் ஊர் மெச்சப் பாடிவிட்டு, சாப்பாட்டு வேளையின் போது மட்டும் யாராவது வந்துவிட்டால் உங்களைப் போல் நாங்கள் முகத்தைச் சுளிப்பதில்லை; இவன் ஏன் இப்போது வந்து தொலைந்தான்?' என்று உள்ளூறக் குமைந்துகொண்டே, 'வாங்க வாங்க' எங்கே ரொம்ப நாளா உங்களைக் காணோம்?' என்று உதட்டளவில் உபசாரம் செய்வதில்லை. எங்கள் இயற்கையான குணத்தை எதற்காகவும் மாற்றிக்கொள்ளாமல், ஒரு தெரு நாய் இன்னொரு தெருவுக்குத் தப்பித் தவறி வந்துவிட்டால், பொய்யான உபசாரம் எதுவும் செய்யாமலே அதை நாங்கள் விரட்டியடிக்கிறோம். எந்த வீட்டிலிருந்தாவது ஓர் எச்சிலை வந்து வெளியே விழுந்தால், அதை அடைவதில் மறைமுகமான போராட்டம் எதுவும் எங்களிடையே இருக்காது; எல்லாம் பகிரங்கமான போராட்டமாகவே இருக்கும். அதில் எது வெற்றி பெறுகிறதோ, அதற்குத்தான் அந்த இலைகிடைக்கும். இதுவே எங்கள் நாகரிகம்; இதுவே எங்கள் பண்பு. இவற்றுக்காக நாங்கள் எதையும் ஒளிப்பதுமில்லை! மறைப்பதுமில்லை.

எங்கள் வீரமும் அப்படித்தான்-எதிரி எங்களை விடப் 'பலவீனமானது' என்று தெரிந்தால் அதை நாங்கள் நேருக்கு நேராக நின்று எதிர்ப்போம். 'பலசாலி' என்று தெரிந்தால் எதற்கும் தயங்காமல் பகிரங்கமாகவே வாளை தாழ்த்தி, 'வாள், வாள்' என்று கத்திக்கொண்டே பின் வாங்கி ஓடிவிடுவோம். உங்களைப்போல் வேறு யாராவது எதிரியை அடித்து விரட்டும் வரை உள்ளே இருந்துவிட்டு வெளியே வந்து 'யார் அந்தப் பயல்? அதற்குள்ளே ஓடி விட்டானா? அப்போதே சொல்லியிருந்தால் அவன் காலைப் பிடித்து வாழை மட்டையைக் கிழித்துப் போடுவது போல் கிழித்துப் போட்டிருப்பேனே?' என்று 'புறநானூறு' பேசமாட்டோம்.

இப்படி ஒரு சான்றா, இரண்டு சான்றா? - எத்தனையோ சான்றுகள் காட்டிக்கொண்டே போகலாம். அவற்றைப் படிக்க உங்களுக்குப் பொறுமை வேண்டாமா? - சுருங்கச் சொன்னால் எங்கள் வாழ்க்கை உண்மை வாழ்க்கை. அதில் எங்கள் குணத்தை மாற்றி நாங்கள் நடிப்பதே கிடையாது.

ஓ மனிதா! உங்களில் 'இலக்கிய விமரிசகர்கள்' என்று சிலர் இருக்கிறார்களே, அவர்களையும் அவர்களுடைய வாழ்க்கையையும் நீ கவனித்திருக்கிறாயா? நான் அவர்களைக் கவனிக்கும் போதெல்லாம் உன்னைப் போல் சிரிக்க முடியாத குறையை நினைத்து வருந்துவேன், அவர்கள் கதைகளில் ரியலிஸத்தைத் தேடுவார்கள்; கட்டுரைகளில் 'ரியலிஸத்'தைத் தேடுவாகள். வாழ்க்கையில் தேடவே மாட்டார்கள்! வேடிக்கையாக இல்லை? - வாழ்க்கையில் 'ரியலிஸம்' இருந்தாலல்லவா கதை-கட்டுரைகளில் 'ரியலிஸம்' இருக்கும்?

எனக்கும் உனக்கும் எத்தனையோ விஷயங்களில் வித்தியாசம் இருந்தாலும் ஒரே ஒரு விஷயத்தில் மட்டும் 'படு ஒற்றுமை' உண்டு என்பதை நான் இங்கே கொஞ்சம் வெட்கத்துடனாவது ஒப்புக்கொண்டுதான் தீர வேண்டும். உன் எஜமானனையோ, அதிகாரியையோ கவருவதற்காக நீ என்ன செய்கிறாய்?--

தலையை ஆட்டுகிறாய்; என் எஜமானனைக் கவருவதற்காக நான் என்ன செய்கிறேன். - வாலை ஆட்டுகிறேன்.

எதுவரை...

எஜமானனிடமிருந்து ஏதாவது கிடைக்கும் வரை உன் தலை ஆடுகிறது; அதே மாதிரி என் வாலும் ஆடுகிறது.

கிடைத்த பின்?...

நீயும் தலையை ஆட்டுவதை நிறுத்திக் கொண்டு விடுகிறாய்; நானும் வாலை ஆட்டுவதை நிறுத்திக் கொண்டு விடுகிறேன்.

இதைத்தான் சிலர் ‘விசுவாசம்’ என்றும், ‘நன்றி’ என்றும் சொல்லுகிறார்கள் சொல்வோர்கள் சொல்லிக் கொண்டு போகட்டுமே, நமக்குத் தெரியாதா, அது ‘வடி கட்டின சுயநலம்’ என்று?

11. கோழி கேட்கிறது

'கொக்கரக்கோ' என்றதும் நான் சேவற் கோழி என்பதை நீங்கள் தெரிந்துகொண்டிருப்பீர்கள். அன்று மட்டுமல்ல, இன்றும் கடிகாரம் வாங்கி வைத்துக் கொள்ள வசதியில்லாதவர்களையெல்லாம் நான் தானே குப்பை மேட்டின் மேல் ஏறி நின்றும், கூரை வீட்டின் மேல் ஏறி நின்றும் குரல் கொடுத்து எழுப்பி வருகிறேன்?

மனிதர்களான நீங்கள் உங்களைப் பொறுத்தவரை ஒரு விஷயத்தில் நீண்ட நாட்களாகவே தவறான அபிப்பிராயம் கொண்டிருக்கிறீர்கள்—அதாவது, உங்களில் சிலருக்குத் திடீரென்று பைத்தியம் பிடிக்கிறதல்லவா? அவர்கள் மட்டுமே 'வேடிக்கைக்குரியவர்கள்' என்று நீங்கள் நினைத்துக்கொண்டிருக்கிறீர்கள். உண்மை அதுவல்ல; பைத்தியம் பிடிக்காவிட்டாலும் நீங்கள் அனைவருமே வேடிக்கைக்குரியவர்கள்தான்!

நீங்களே சொல்லுங்கள், பொழுதுபோக்குக்கு இந்த உலகத்தில் என்னதான் இல்லை?—நீலவான் இருக்கிறது; அதில் நீங்கள் நினைத்தபடியெல்லாம் கோலமிட்டுக் காட்ட மேகக் கூட்டங்கள் இருக்கின்றன. பெருங்கடல் இருக்கிறது; அதில் உங்களிடமிருந்து ஊதியம் எதையும் எதிர்பார்க்காமலே உங்களுக்காகப் 'பங்கா' இழுத்து, உங்கள் மேல் ஜிலுஜிலு—வென்று காற்று வீசச் செய்யப்பொங்கி வரும் அலைகள் இருக்கின்றன. அடுத்தாற் போல் சோலை இருக்கிறது; அதில் கூவும் குயில்களும், ஆடும் மயில்களும் இருக்கின்றன. தடாகம் இருக்கிறது; அதில் பூத்துக் குலுங்கும் தாமரை மலர்கள் இருக்கின்றன. சலசலத்து ஓடும் ஆறு இருக்கிறது, அதில் மினுமினுத்து ஓடும் மீன்கள் இருக்கின்றன. கொஞ்சம் துணிந்து காட்டுப் பக்கமாகப் போய்விட்டால் மலைகள், அருவிகள்—அவற்றுக்கருகே துள்ளித் திரியும் மான்கள், கனி கொடுக்கும் மரங்கள்—அந்த மரங்களில் கிளைக்குக் கிளை

தொத்தித் திரியும் குரங்குகள்—அடாடாவோ, அடடா! அங்கே கொள்ளை அழகு கொட்டிக் கிடக்கிறது!

பொழுது போக்குக்காக இயற்கை அளித்துள்ள இத்தனை வசதிகள் போதாதென்று செயற்கையாக வேறு நீங்கள் எத்தனையோ செய்து கொண்டிருக்கிறீர்கள். சினிமா, சங்கீதம், நடனம், நாடகம் என்று ஒரு புறம்; கண்காட்சி, காபரே, லயன்ஸ் கிளப், காஸ்மா பாலிட்டன் கிளப் என்று இன்னொரு புறம்—இவை தவிர எத்தனையோ புத்தகங்கள், விதவிதமான விளை யாட்டுக்கள்—இத்தனை இருந்தும் அந்தக் காட்டு மிராண்டிக் காலத்தில் உங்களைப் பற்றியிருந்த மிருக வெறி, ரத்த வெறி போன்றவையெல்லாம் இன்னும் உங்களை விட்டுப் போன பாடாயில்லையே?

அவற்றைக் களைந்தெறிந்து உங்களைத் தெய்வமாக்காவிட்டாலும் மனிதனாக்க இதுவரை உங்களிடையே தோன்றிய மகான்கள் எத்தனை! மகாத்மாக்கள் எத்தனை! மதங்கள் எத்தனை! சமயங்கள் தான் எத்தனை எத்தனை!

‘நாங்கள் வாழாவிட்டாலும் பரவாயில்லை, மனிதன் மனிதனாக வாழ்ந்தால் போதும்’ என்பதற்காகப் புத்தர் ராஜபோகத்தைத் துறந்தார்; கொடுங்கோலர்கள் தமக்குச் சூட்டிய முள் கிரீடத்தை இயேசு பிரான் மலர்க்கிரீடமாக ஏற்றார், நபிகள் நாயகம் கல்லடிபட்டார்; காந்திஜி துப்பாக்கிக் குண்டுக்கு இரையானார்.

பலன்? உங்களிடையே காந்தியும் பிறக்கவில்லை; சமாதானமும் நிலவவில்லை.

எப்படி நிலவும்?—உங்களுக்குத்தான் பொழுதைப் போக்கக்கூட இன்னும் ஏதாவது ஒரு சண்டை வேண்டியிருக்கிறதே!

அதற்காக நீங்கள் முதலில் பயன் படுத்தியது சின்னஞ்சிறு காடை—ஒரு பாவமும் அறியாத அவற்றில் இரண்டை ஒன்றோடொன்று மோத விட்டு நீங்கள் சுவாரஸ்யமாக வேடிக்கை பார்த்தீர்கள். அவையிரண்டும் மூர்க்கத்தனமாக ஒன்றையொன்று மூக்கால் குத்திக் கொள்வதையும், கால்களால் உதைத்துக் கொள்வதையும், சிறகால் அடித்துக்கொள்வதையும் பார்த்துப் பரவசமடைந்தீர்கள். கடைசியாக அந்தச் சண்டையில் ஒன்றினிடம் ஒன்று தோற்று ஓடுவதைப் பார்த்துக் கைகொட்டிச் சிரித்தீர்கள்.

அடுத்தாற்போல் நீங்கள் அதே நோக்கத்துக்காகத் தேர்ந்தெடுத்தது காடையை விடக் கொஞ்சம் பெரிதான கவுதாரி. உங்களுக்குப் பொழுது போகாத போதெல்லாம் அவற்றில் இரண்டைப் பிடித்துச் சண்டை மூட்டிவிட்டு 'ஹாய்ஹூய்' என்றுகுதுாகலித்தீர்கள்.

அதற்கடுத்தாற்போல் நாங்கள் கிடைத்தோம் உங்களுக்கு. எங்களில் இரண்டைப் பிடித்து ஒன்றோடொன்றை மோத விட்டீர்கள். அதை நீங்கள் மட்டும் வேடிக்கை பார்த்தால் போதாதென்று கூட்டம் வேறு சேர்த்தீர்கள். வெறும் நகத்தை வைத்துக் கொண்டு நாங்கள் சண்டையிட்டது உங்களுக்கு அவ்வளவு ரசமாகப்படவில்லை; அதற்காகக் கத்தியை வேறு எங்கள் கால் விரல்களில் கட்டிவிட்டீர்கள். அதனால் எங்களுக்கிடையே ஏற்பட்ட ரத்தக் களறி உங்கள் இதயத்தை இரக்கத்தால் துடிக்க வைக்கவில்லை; இன்பத்தால் மலர வைத்தது—தெய்வமாக முயன்று கொண்டிருக்கும் மனிதர்களல்லவா?

பிறகு, உங்கள் கவனம் மிருகங்களின் மேல் சென்றது. 'எந்தெந்த மிருகங்களுக்கு இடையே சண்டை மூட்டி விட்டால் வேடிக்கை பார்க்க இன்னும் சுவாரஸ்யமாக இருக்கும்?' என்று நீங்கள் மூக்கின் மேல் விரலை வைத்து யோசித்தீர்கள். சிங்கம், புலி, கரடி, யானை நினைக்கும்போதே உங்கள் உள்ளம் நடுங்கிற்று; உடல் சில்லிட்டுப் போயிற்று—

யானை, 'ஏ மனிதா, என்னையா சண்டையிட வைத்து வேடிக்கை பார்க்கப் போகிறாய்?' என்று துதிக்கையால் நம்மை ஒரு பிடி பிடித்து எலும்பை நொறுக்கினாலும் நொறுக்கலாம்; புலி பாய்ந்தாலும் பாயலாம், சிங்கம் ஒரே கவ்வில் நம் ரத்தத்தை உறிஞ்சி குடித்தாலும் குடிக்கலாம்—அப்புறம்?—மனிதனை எதிர்த்துத் தாக்கத் துணியாத ஆட்டுக்கடாதான் அதற்குச் சரியென்று பட்டது உங்களுக்கு உடனே அவற்றில் இரண்டைப் பிடித்துத் தயார்செய்து ஒன்றுடன் ஒன்றை மோத விட்டீர்கள். அவை மண்டை உடையச் சண்டையிடுவதைச் சந்தோஷமாக, படு சந்தோஷமாகப் பார்த்துக் களித்தீர்கள்!

இந்த வேடிக்கையெல்லாம் வேடிக்கையாகவே நின்றிருக்கக் கூடாதா?—அதுதான் இல்லை; சண்டையில் சூடு பிடிக்கவேண்டும் என்பதற்காக ஒரு கட்சி, மறு கட்சி என்று இரண்டு கட்சிகளைத் துவக்கி வைத்தீர்கள். கட்சி இரண்டு பட்டதும் போட்டியும் பொறாமையும் தாமாகவே உண்டாயின. அதற்கு மேல் 'பந்தயம்' என்று ஒன்று ஏற்பட்டு, உங்கள் ஆசையை பேராசையாக வளர்க்கும் புண்ணியத்தை ஏற்றது.

முடிவு?—காடையும் கவுதாரியும் சண்டையிட்டுக் கொண்டிருக்கும் போதே, சேவலும் ஆடும் சண்டையிட்டுக்கொண்டிருக்கும்போதே நீங்கள் வாயோடு வாய் கலந்து, கையோடு கை கலந்து சண்டையிட ஆரம்பித்து விட்டீர்கள். காடைக்கும் கவுதாரிக்கும் மட்டும் அல்ல, சேவலுக்கும் ஆட்டுக்கும் கூட ஒரே ஆச்சரியம்!—அவை தங்கள் சண்டையை மறந்து உங்கள் சண்டையை வேடிக்கை பார்க்க ஆரம்பித்துவிட்டன!

இதுவே நீங்கள் வேடிக்கைக்காகக் கண்ட சண்டை வினையான வரலாறு.

ஓ மனிதா! இப்படி நீ வளர்த்த சண்டை, இப்படி நீ வளர்த்துக்கொண்ட சண்டை இப்போது எப்படி இருக்கிறது? உங்களில் ஒரு சிலரை மட்டும் அல்ல, எல்லாரையுமே பைத்தியக்காரர்களாக்கி வேடிக்கை பார்த்துக்கொண்டிருக்கிறது!

இப்போதெல்லாம் நீங்கள் சண்டைக்கு என்னையோ, ஆட்டையோ தேடுவதில்லை; உங்களில் இருவரையே தேடி எடுத்துக்கொண்டு விடுகிறீர்கள். அவர்களை மாமிசமலை போல் ஊட்டி வளர்க்கிறீர்கள். ‘குஸ்தி’ என்னும் பேரால் அவர்கள் இருவரையும் மேடையில் ஏற்றி, ஒருவரையொருவர் கட்டிப்பிடித்துத் தூக்கிக் கீழே எறியவிட்டோ, குத்துச்சண்டை என்னும் பேரால் ஒருவர் முகத்தை ஒருவர் குத்திக் கிழிக்க விட்டோ வேடிக்கை காட்டுகிறீர்கள்; அந்த வேடிக்கையைப் பார்க்க ஐந்து ரூபாய் டிக்கெட்டும், பத்து ரூபாய் டிக்கெட்டும் வாங்கிக் கொண்டு ஆயிரம் பேர் பதினாயிரம் பேர் என்று கூடுகிறீர்கள்.

‘ஆகா!’

‘வாரே வா!’

‘சபாஷ்!’

‘அப்படிப் போடு!’

‘இப்படிப் போடு!’

‘மார்வெலஸ்!’

‘ஒண்டர்ஃபுல்!’

என்ன உற்சாகம், என்ன கை தட்டல்!

இவர்களெல்லாம் யார்? மொழியாலோ, நாட்டாலோகூட வேறு பட்டவர்கள் அல்ல; எல்லாவற்றாலும் ஒன்றுபட்டவர்கள். உடன் பிறந்த உறவு முறை கொண்டாடுபவர்கள். இவர்களில் ஒருவர் இன்னொருவரைத் தூக்கிக் கீழே விட்டெறிவது வேடிக்கையா? ஒருவர் முகத்தை ஒருவர் குத்திக் கிழித்துக் கொண்டு ரத்தம் சொட்டச் சொட்ட நிற்பது தமாஷா?

இதுவா உங்கள் மனிதாபிமானம்? இதுவா உங்கள், மனிதத் தன்மை? இதுவா உங்கள் மனிதப் பண்பு?

சுய புத்தியுடனா இதை நீங்கள் செய்கிறீர்கள்?— இல்லை; உங்களுக்கெல்லாம் பைத்தியம்தான் பிடித்திருக்கிறது!

இப்படியல்லவா நினைக்க வேண்டியிருக்கிறது நாங்கள்?

'குஸ்தியும் குத்துச் சண்டையும் சும்மா ஒரு விளையாட்டுக்குத்தானே?' என்று நீங்கள் சொல்லலாம். அந்த விளையாட்டை யார், யாருக்காக விளையாடுவது?

அந்தக் காலத்து ராஜாக்கள் பொழுது போகவில்லை என்றால் இரண்டு அடிமைகளைக் கூப்பிட்டு அவர்களில் ஒருவன் இன்னனொருவனால் கொல்லப்படும் வரை குஸ்தியிடச் செய்வார்களாம்; குத்துச் சண்டை போடச்சொல்வார்களாம். அப்படியும் அவர்களில் ஒருவனும் சாகவில்லை என்றால், அவர்கள் இருவரையுமே கூண்டில் ஏகப் பசியோடு அடைத்து வைக்கப்பட்டிருக்கும் சிங்கத்துக்கோ, புலிக்கோ இரையாக்கி அவர்கள் வேடிக்கை பார்த்து ரஸிப்பார்களாம். அந்த மாதிரி வேடிக்கையையா நீயும் பார்க்க விரும்புகிறாய்?

பார்—இந்த ஜனநாயக யுகத்தில்தான் நீயும் 'இந்த நாட்டு மன்னன்' என்று பெயரளவிலாவது சொல்லப்படுகிறயே? பார், நன்றாய்ப் பார்! மனிதனா நீ தேவனாகாவிட்டாலும் நிச்சயம் சைத்தானாவாய்!

12. நரி கேட்கிறது

“நரி வலம் போனால் என்ன, இடம் போனால் என்ன மேலே விழுந்து பிடுங்காமல் இருந்தால் சரி, என்று நீங்கள் சும்மா ஒரு பேச்சுக்குச் சொல்வீர்களே தவிர என்னைக் கண்டதும் ஒதுங்கி விட மாட்டீர்கள் என்பது எனக்குத் தெரியும். ஏனெனில் அல்லும் பகலும் அனவரதமும் உங்கள் எதிர் கால நல்வாழ்வுக்காக நீங்கள் வேண்டிக் கொண்டிருக்கும் அதிர்ஷ்ட தேவதையே உங்கள் முடிவுப்படி வேறெங்கும் குடியிருக்க இடம் கிடைக்காமல் என் முகத்தில்தானே குடியிருக்கிறாள்? இல்லாவிட்டால் ‘காகம் உட்காரப் பனம் பழம் விழுந்தது’ போல் எவனுக்காவது என்றைக்காவது எதிலாவது அதிர்ஷ்டம் அடித்து விட்டால் ‘அவன் இன்றைக்கு நரிமுகத்தில விழித்து இருப்பான்!’ என்று நீங்கள் அந்த நாளிலிருந்து இந்த நாள் வரை அத்தனை நம்பிக்கையோடு சொலலிக் கொண்டிருப்பீர்களா?

நீங்கள்தான் இப்படியென்றால் உங்களை ஆளும் அரசாங்கத்தாரும் உங்களைப்போலவே ‘உழைப்பில் நம்பிக்கை வையுங்கள்' என்று சும்மா ஒரு பேச்சுக்குச் சொல்கிறார்களே தவிர உண்மையில் அதிர்ஷ்டத்தில உங்களுக்குள்ள கம்பிக்கையை மேலும் ஊக்குவித்தே வருகிறார்கள். அதற்காகவே மற்றத் திட்டங்கள் எப்படியாவது போகட்டும் என்று அவர்கள் லாட்டரி சீட்டுத் திட்டம் என்று ஒரு திட்டத்தை அவசர அவசரமாகக் கொண்டு வந்து மாதா மாதம் பத்து லட்சம் பதினைந்து லட்சம் என்று பரிசு வைத்து லட்சக்கணக்கானவர்களை ஏமாற்றியாவது ஒரு சில லட்சாதிபதிகளை உருவாக்கி வருகிறார்கள்.

இந்த விஷயத்தில் தமிழ் நாடு அரசை முந்திக் கொண்டுவிட்டன மற்ற மாநில அரசுகள். அவை ‘மாதத்தில் சில லட்சாதிபதிகளை’த்தானே உங்களால் உருவாக்க முடியும்? இதோ பாருங்கள். நாங்கள் ஒவ்வொரு வாரமும்

மட்டுமல்ல, ஒவ்வொரு நாளும் கூட பல லட்சாதிபதிகளை உருவாக்கி வருகிறோம்' என்று உருவாக்கிக் காட்டிக் கொண்டிருக்கின்றன.

ஆக யாருக்கு அதிர்ஷ்டம் அடிக்கிறதோயில்லையோ. அதிர்ஷ்டத்துக்கு இப்போது மேல் அதிர்ஷ்டம் அடித்துக்கொண்டே இருக்கிறது!

அந்தக் கதையை விட்டு விட்டு என் கதைக்கு வருவோம். நீங்கள் நினைப்பது போல் நான் என்ன அவ்வளவு தந்திரசாலியா? அவ்வளவு பெரிய புத்திசாலியா? கிடையவே கிடையாது. அந்த விஷயத்தில் நீங்கள் என்னை எப்போதோ தூக்கியடித்து விட்டீர்கள்!

பட்டப்பகலில் பட்டுப்புடவை வெளியே கட்டப்பட்டுக் காய்ந்து கொண்டு இருக்கும். கண்ணில் தீப்பொறி பறக்கக் கணவர் ஒருவர் வருவார். 'ஊரிலே திருட்டுப் பயல்கள் அதிகமாகி விட்டானுங்க, வெளியே பட்டுப் புடவையை காய வைக்காதேடி, காய வைக்காதேடின்னு எத்தனை தடவை சொல்கிறது? கேட்கிறாளா?' என்று உச்சஸ்தாயியில் கத்திக் கொண்டே புடவையை அவிழ்த்துக் கொண்டு உள்ளே போவார். தெருவே வருவோர் போவோர் அவரை வேடிக்கை பார்த்துக் கொண்டே வருவார்கள், போவார்கள். சிறிது நேரம் கழித்து வீட்டுக்கு எஜமானி வெளியே வருவாள். சுற்றும் முற்றும் பார்த்து விட்டு 'இங்கே கட்டி இருந்த பட்டுப் புடவையை எங்கே காணோம்?' என்று அக்கம் பக்கத்திலுள்ளவர்களை விசாரிப்பாள். 'கொஞ்ச நேரத்திற்கு முன்னாலே உங்க வீட்டுக்காரர் வந்து உங்களைத் திட்டிக் கொண்டே புட்வை அவிழ்த்துக் கொண்டு போனார் போலிருக்கிறதே' என்பார்கள் அவர்கள். அப்போதுதான் புடவையைப் பறிகொடுத்தவளுக்குத் தெரியும்—வந்தவர் தன் வீட்டுக்காரர் இல்லை, திருடன் என்று.

அப்பாவிக் கேஷியர் ஒருவர் பேங்க்குக்கு வருவார். செக்கைக் கவுண்டரிலே கொடுத்துப் பணம் வாங்கி, அங்கேயே ஒரு மூலையில் நின்று எண்ணிக்கொண்டு இருப்பார். அந்த இடத்துக்கு ஒருவர் வருவார். நாலைந்து நோட்டுக்களைக் கீழே போட்டு விட்டு 'அடாடா! நோட்டெல்லாம் கீழேவிழுந்துகிடக்கு, அதைக் கவனிக்காமல் நீங்கள் பாட்டுக்கு எண்ணிக் கொண்டிருக்கிறீர்களே?' என்பார், கேஷியர் அவற்றைப் பொறுக்கியெடுக்கக் கீழே குனிய வேண்டியதுதான் தாமதம். வந்தவர் மேலே உள்ள நோட்டுகளை யெல்லாம் 'அபேஸ்' செய்து கொண்டு வெளியே போய்விடுவார்.

'திருடர்கள்' கைவரிசை இப்படி; அயோக்கியர்கள் கைவரிசை எப்படி?...
திரு. காமராஜ் இந்த நாட்டின் முதல்வராயிருந்தால் அவருக்கு இந்த அயோக்கியர்கள் 'பிறந்த நாள் விழா' கொண்டாடுவார்கள். 'பிறந்த நாள் மலர்' வெளியிடுவார்கள்.

அவர் போய் திரு. பக்தவத்சலம் முதல்வராய் வந்தால் அவருக்கும் இவர்கள் பிறந்த நாள் விழா கொண்டாடுவார்கள். 'பிறந்த நாள் விழா மலர்' வெளியிடுவார்கள்.

அவரும் போய் திரு அண்ணாதுரை முதல்வராய் வந்தால் அவருக்கும் இவர்கள் 'பிறந்த நாள் விழா' கொண்டாடுவார்கள். 'பிறந்த நாள் மலர்' வெளியிடுவார்கள்.

அவரும் மறைந்து திரு. கருணாநிதி ஆட்சியை மேற்கொண்டால் அவருக்கும் இவர்கள் பிறந்த நாள் விழா கொண்டாட தவறமாட்டார்கள்.

விழாத் தலைவர்கள் மாறுபட்டாலும் இவர்களுடைய லட்சியம் மாறாது; அது என்றும் எப்போதும் ஒரே லட்சியமாகத்தான் இருக்கும். அதாகப்பட்டது 'பிறந்த நாள் மலரில்' வெளியாகும் விளம்பரங்களில் இருந்து கிடைக்கும்

வருவாயே அந்த லட்சியம். எப்போதும் யார் பேரைச் சொன்னால் அந்த வருவாய்க்குரிய விளம்பரங்கள் அதிகமாகக் கிடைக்குமோ அப்போது அவர்களுக்கெல்லாம் 'பிறந்த நாள் விழா'க் கொண்டாடிப் 'பிறந்த நாள் மலர்' வெளியிட்டுக் கொண்டிருப்பது இவர்களுடைய பிறவிக் கடன்களில் தலையாயது.

இது இவர்கள் செய்யும் தேசப்பணி; தெய்வப் பணி?... அதையும் இந்த யோக்கியர்களில் சிலர் செய்வதுண்டு. இவர்களுடைய தலை ஒன்று மொட்டையடிக்கப் பட்டிருக்கும். அல்லது ஜடாமுடி வளர்க்கப்பட்டு இருக்கும். மேனி முழுவதும் திருநீறு வரி வரியாக இழுக்கப்பட்டோ அல்லது பூசப்பட்டோ இருக்கும். கழுத்தில் ருத்திராட்ச மாலைகளோடு நவரத்தின கண்டி மாலையும் தகதகாய்க்கும். உடை காவியாய் இருந்தாலும் 'சொரசொராக்' காவியாயிருந்து உடம்பை உறுத்தாது; வழவழா பட்டாயிருந்து மேனியை 'மழமழா' என்று தொட்டுத் தழுவும். ஓட்டல் என்றால் ஐந்து நட்சத்திர ஓட்டல்தான் இவர்களுக்குப் பிடிக்கும். அறை என்றால் ஏர்கண்டிசன் செய்யப்பட்ட அறையைத் தவிர வேறு அறையை இவர்கள் திரும்பிக் கூடப் பார்க்க மாட்டார்கள். கீழே ஏறினால் சாதாரண காரில் ஏற மாட்டார்கள். 'இம்பாலா' காரில்தான் ஏறுவார்கள். மேலே பறந்தால் சாதாரண ஜெட் விமானத்தில் பறக்க மாட்டார்கள், ஜம்போ ஜெட்டில் தான் பறப்பார்கள்.

இதற்கெல்லாம் இவர்களுக்குப் பணம் எங்கிருந்து வருகிறது? யாருக்குத் தெரியும், அது சிதம்பர ரகசியம்!

இந்த மாதிரி ரகசியம் ஏதாவது உண்டா என் வாழ்வில்? கிடையவே கிடையாது. கொள்ளைக்குப் போனாலும் கூட்டு உதவாது என்று கொண்டிருந்த நீங்கள் இப்போது எடுத்ததற்கெல்லாம் 'கூட்டுறவு கூட்டுறவு' என்று சொல்லிக் கொண்டிருக்கிறீர்கள் என்பதை நான் அறிவேன். இந்தக் கூட்டுறவு எனக்குப் பிடிக்காது. அதிலும் வேட்டைக்குப்

போகும்போது அதை நான் அறவே வெறுத்துத் தனியாகவே போவேன். கிடைத்ததைத் தனியாகவே தின்று தீர்ப்பேன். இந்த விஷயத்தில் நான் சுதந்திரா கட்சி, அதைச் சொல்லிக் கொள்ள இங்கே நான் வெட்கப்படவில்லை.

இதில் இன்னொரு நன்மையும் உண்டு எனக்கு. வேட்டையின்போது 'கேவலம் நரிதானே?' என்று அற்பமாக எண்ணிச் சில பிராணிகள் என்னையே எதிர்த்துத் தாக்கவரும். அசட்டு ஆடு இருக்கிறதே, அதுகூடச் சில சமயம் முன்னங்கால் இரண்டையும் தூக்கித் தூக்கி என்னை முட்ட வரும். அதன் காலுக்கும் கொம்புக்கும் பயந்து நான் ஓடுவதும் உண்டு, அம் மாதிரி சமயங்களில் சக நரிகளில் ஏதாவது ஒன்று எதிரே வந்து, 'ஏன் இப்படி ஓடி வருகிறாய்?' என்று கேட்டால் 'ஆட்டுக்குப் பயந்து ஓடி வருகிறேன்' என்று சொல்ல முடியுமா? அப்படிச் சொன்னால் என் கௌரவம் என்ன ஆவது? அதனால் தான் 'புலி புலி' என்று சொல்லிக் கொண்டே நானும் ஓடி அதையும் ஓட வைத்து விடுவேன். இந்தச் சௌகரியம் கூட்டு வேட்டையில் கிடைக்குமா? கிடைக்கவே கிடைக்காதே!

இந்த ஒரு ரகசியத்தைத் தவிர வேறு எந்த ரகசியமும் என்னிடம் இல்லை. உங்களைப் போல நான் எட்டாதவற்றையெல்லாம் எட்டி எட்டிப் பார்த்து விட்டுக் கொட்டாவி விட்டுக் கொண்டிருப்பதும் இல்லை. நீங்கள் வீணாக என் மீது பழிசுமத்துவதற்காக என்னை வைத்து ஒரு கதை கட்டி விட்டிருக்கிறீர்கள்—ம், கதையா அது? 'பொய் சொன்னாலும் பொருந்தச் சொல்ல வேண்டும்' என்பார்கள். எனக்கும் திராட்சைப் பழத்துக்கும் என்ன சம்பந்தம்? கழுதைக்கும் கற்பூரத்திற்கும் என்ன சம்பந்தம் உண்டோ, அந்த சம்பந்தம்தான் எனக்கும் திராட்சைப் பழத்துக்கும் இருக்க முடியும். அப்படி இருக்க நான் ஏன் திராட்சைப் பழத்தைப் பறிக்க எட்டி எட்டிப் பார்க்கப் போகிறேன்? எட்டவில்லை என்று தெரிந்ததும், 'சீச்சீ இந்தப்

பழம் புளிக்கும்' என்று நான் ஏன் விரக்தியுடன் சொல்லப் போகிறேன்!

இனிப்பாயிருந்தாலுந்தான் அந்தப் பழம் எனக்கு பிடிக்காது. இதுகூடத் தெரியவில்லையே உங்களுக்கு?

ஓ, மனிதா! உண்மையைச் சொல்லப் போனால் ஊரை ஏய்த்துப் பிழைப்பதில் உனக்கு நானும் குறைந்தவன் அல்ல. எனக்கு நீயும் குறைந்தவனல்ல. அந்த விஷயத்தில் நாம் இருவரும் ஒன்றே.

வாயில் இருக்கும் வடைக்காக நான் காகத்தைப் புகழ்ந்தால் நீ வேறு எதற்காவது வேறு யாரையாவது புகழ்கிறாய்!

சிங்கத்துக்கு இரையாகாமல் தப்புவதற்காக நான் அதைப் பாழுங் கிணற்றில் தள்ளிக் கொன்றால் நீ வேறு யாரிடமாவது தப்புவதற்காக வேறுயாரையாவது எதிலாவது தள்ளிக் கொல்கிறாய்!

இதுவே உனக்கும் எனக்கும் உள்ள வித்தியாசம்!

ஆக 'ஏமாறுபவன்' என்று ஒருவன் இருக்கும் வரை 'ஏமாற்றுபவன்' என்று ஒருவனும், 'ஏமாற்றுபவன்' என்று ஒருவன் இருக்கும்வரை ஏமாறுபவன் என்று ஒருவனும் இந்த உலகத்தில் இருந்து கொண்டிருக்கத்தான் போகிறான். முடிவு—இப்போதும் இல்லை; எப்போதும் இல்லை.

இதற்கிடையில் 'ஏமாறாதே ஏமாற்றாதே' என்று என்னையும் உன்னையும் பார்த்து சிலர் சொல்லிக் கொண்டிருக்கிறார்களே, அவர்கள் நம்மை விட புத்தி சாலிகள் என நீ நினைக்கிறாயா? அதுவும் இல்லை. அப்படிச் சொல்லி அவர்கள் தாங்கள் பிழைப்பதற்காக ஒரு பக்கம் ஏமாந்து கொண்டும் இன்னொரு பக்கம் ஏமாற்றிக கொண்டும் தான் இருக்கிறார்கள்.

இதுவே உண்மை.

தந்திரத்தில் வேண்டுமானால் ‘ராஜதந்திரம்’ என்று ஒன்று இருக்கலாம். பொய்யில் ‘அரிச்சந்திரன் பொய்’ என்று ஒன்று உண்டா என்ன?

13. கிளி கேட்கிறது

'அழகாயிருப்பது ஆபத்து' என்று எந்தப் புண்ணியவான் எந்த ஆபத்துக்கு உள்ளாகிச் சொல்லி வைத்தானோ, அது என்னைப் பொறுத்தவரை நூற்றுக்கு நூறு உண்மையாயிருக்கிறது.

'கன்னங் கரேலென்று இருக்கும் காகத்தைப் பிடித்து உங்களில் யாராவது கூண்டில் அடைக் கிறார்களா? அது 'கா, கா' என்று கரையும் ஒலியில் உங்களில் யாராவது மனத்தைப் பறிகொடுக்கிறார்களா?—இல்லை; பச்சைப் பசேரென்று இருக்கும் நான் மட்டும் தப்பித் தவறி உங்களிடம் அகப்பட்டுக் கொண்டுவிட்டால் போதும், உடனே பிடித்துக் கொண்டு போய்க் கூண்டில் அடைத்துவிட்டு என்னை நீங்கள் என்ன பாடுபடுத்துகிறீர்கள்! 'ரங்க ரங்க ரங்கா! என்று நான் எழுப்பும் ஒலியில் உங்களுடைய இதயத்தைப் பறிகொடுத்துவிட்டு நீங்கள் என்னமாய் நிற்கிறீர்கள்!'

வேறு எந்த விஷயத்தில் எப்படியிருந்தாலும் என் விஷயத்தில் மட்டும் ராஜகுமாரியும் பிச்சைக்காரியும் ஒன்றே; கிளி ஜோசியக்காரனும் குருவிக்காரனும் ஒன்றே.

முன்னிருவர்களுக்கு நான் பொழுதுபோக்கு;
பின்னிருவர்களுக்கு நான் பிழைப்பு!

'அக்கா, அக்கா, அக்கா! விருந்தாளி, விருந்தாளி!'
'இலையைப் போடு, இலையைப் போடு!'

'யாரடா அவன் யாரடா அவன்?'

'திருடன், திருடன்!'

இந்த மாதிரி நீங்கள் சொல்லிக் கொடுப்பதை நான் திருப்பிச் சொல்லிவிட்டால் போதும்; உங்கள் உச்சி குளிர்ந்து

விடுகிறது. அதற்காக உங்கள் வீட்டுப் பெண் எனக்கு முத்தம் கொடுக்கக்கூட வந்து விடுகிறாள்!

இதில் ஒரு வம்பு என்னவென்றால், மற்ற பிராணிகளில் ஆண் எது, பெண் எது என்பதை அவற்றின் தோற்றத்திலிருந்தே உங்களால் கண்டுபிடித்துவிட முடியும்; எங்களில் ஆண் கிளி எது பெண் கிளி எது என்பதை உங்களால் கண்டுபிடிக்கவே முடியாது. காரணம் தோற்றத்தில் இரண்டுமே ஒன்ருயிருப்பது தான். இதனால் ஆண் கிளி என்று தெரியாமல் உங்கள் வீட்டுப் பெண் எனக்கு ஆசையோடு முத்தம் கொடுக்க வந்துவிடுகிறாள். என்னதான் கிளியாயிருந்தாலும் எனக்கும் வெட்கம் இருக்காதா? அதனால், அவள் முத்தம் கொடுக்க வரும்போது நான் முகத்தைத் திருப்பிக் கொள்கிறேன். அவள் விடுகிறாளா? என் மூக்கைப் பிடித்து ஒரு திருப்புத் திருப்பி 'இச்' என்று ஒன்று கொடுத்தே விடுகிறாள்!

இப்படிக் கொடுப்பவள் கன்னிப் பெண்ணாயிருந்தாலும் பரவாயில்லை; ஏதோ குழந்தை விளையாட்டு, இல்லை 'காதல் விளையாட்டு' என்று விட்டுவிடலாம். கலியாணமாகி இன்னொருவனுக்கு மனைவியானவள் எனக்கு இப்படிக் கொடுத்தால்,

**'பிறன் மனை நோக்காத பேராண்மை சான்றோர்க்கு
அறனன்றோ ஆன்ற ஒழுக்கு'**

என்ற வள்ளுவர் நெறியை நானுமல்லவா உங்களில் சிலரைப் போல மீறியவனாவேன்?

உண்மையைச் சொல்லப் போனால் மயக்கம் மதுவில் மட்டுமில்லை; அழகிலும் இருக்கிறது. அந்த அழகு ஒரு பெண்ணிடம் குடி கொண்டுவிட்டால் அதனால் விளையும் விபரீதங்கள் தான் எத்தனை, எத்தனை!

சரித்திரப் பிரசித்தி பெற்ற கிளியோபாத்ரா அழகு மயக்கம் ஆன்ட்டனியை என்ன பாடுபடுத்தி வைத்தது! மும்தாஜின் அழகு மயக்கம் ஷாஜஹானை எந்த நிலைக்குக் கொண்டுவந்து சேர்த்தது!

இதெல்லாம் அந்த நாள் கதைகள்; இந்த நாள் கதைகளா?....

அழகு மங்கை ஒருத்தியை ஓர் ஆண் மகன் பார்க்கிறான்; பார்த்ததும் வெறி கொண்ட அவன் அவளைப் பலவந்தப்படுத்தித் தான் நினைத்த காரியத்தைச் சாதித்துக் கொண்டுவிடுகிறான். போலீசார் அவனைக் கைது செய்கிறார்கள். வழக்கு நீதிமன்றத்துக்குப் போகிறது. நீதிபதி அவளையும் அவனையும் மாறி மாறிப் பார்க்கிறார்; பார்த்துவிட்டு மனம் உருகிச் சொல்கிறார்.

‘ஆகா! இந்தப் பெண்ணின் அழகு யாரைத்தான் பலவந்தப்படுத்தத் தூண்டாது? அனுதாபப்படுகிறேன்; இந்தப் பெண்ணுக்காக மட்டுமல்ல அந்தப் பையனுக்காகவும் நான் அனுதாபப்படுகிறேன்!’
நல்ல வேளை, இப்படிச் சொன்னதோடு அவர் நின்று விடவில்லை... ஆனாலும் அவன் செய்த குற்றம் குற்றமே; அதற்குரிய தண்டனையை இதோ வழங்குகிறேன்’ என்று அவனுக்குரிய தண்டனையையும் வழங்குகிறார்.

இன்னொரு கதை—என்ன கதையா?—இல்லை; உண்மை நிகழ்ச்சி சற்றுத் தூரத்தில் வரும்போதே அந்த அழகியை அவன் கண்கொட்டாமல் கவனித்துக் கொண்டே இருக்கிறான். அவள் அவனை நெருங்குகிறாள். கை பரபரக்கிறது. அவள் எதிர்பாராத விதமாக அவள் மேல் பாய்ந்து அவன் அவளைக் கட்டிப் பிடித்து முத்தம் கொடுத்துவிடுகிறான்.

அவ்வளவுதான்; அவள் ‘பெண் புலி’யாகிறாள்; தன் கையிலுள்ள புத்தகத்தால் அவனை ‘மொத்து! மொத்து’ என்று

மொத்துகிறாள், அவனோ அவற்றை ‘வலிக்கு இதமளிக்கும் ஒத்தடமாக’ ஏற்று அவள் மொத்துவதற்கு ஏற்றாற்போல் தன் முதுகைத் திருப்பிக் காட்டுகிறான்.

அவளுக்குக் கை வலித்ததுதான் மிச்சம்; அவன் முதுகைத் திருப்பிக் காட்டுவதை நிறுத்தவேயில்லை!

விளைவு?

புலியின் சீற்றம் அடங்குகிறது; அதற்கும் பதிலாகச் சிரிப்பு பொங்கிக்கொண்டு வருகிறது. அதைச் சிரமப்பட்டு அடக்கிக் கொண்டு அவள் சுற்று முற்றும் பார்க்கிறாள்; யாரையும் காணவில்லை.

அடுத்த கணம்...

அவளே அவனைக் கட்டிப் பிடித்து முத்தம் கொடுக்க ஆரம்பித்துவிடுகிறாள்!
தண்டனை ...

வேறு யாரும் வழங்க அவர்கள் விடவில்லை; அவர்களுக்கு அவர்களே வழங்கிக் கொண்டுவிடுகிறார்கள்.

என்ன தண்டனை?...

கலியாணம்!

அழகு மயக்கத்தில் இந்த ரசமான குற்றங்கள் மட்டுமா நடக்கின்றன? விரஸமான குற்றங்களும் நடக்கத்தான் நடக்கின்றன. அவற்றின் காரணமாக எத்தனை அடிபிடிச் சண்டைகள், கத்திக் குத்துகள், கொலைகள்!

அப்பப்பா! பயங்கரம், படுபயங்கரம்!

ஆனாலும் மதுவைத் தடை செய்ய முடிவது போல் மங்கையையும் தடை செய்ய முடிகிறதா? இல்லை. அதுதான் போகட்டுமென்றால் அவள் அழகையும், அதற்காக அவள் செய்து கொள்ளும் அலங்காரத்தையும்— ஏன் அலங்கோலத்தையும் கூட உங்களால் தடை செய்ய முடிகிறதா?— எங்கே முடிகிறது?

சரி, பிரசாரம்?...

முன்னதற்கு வேண்டுமானால் நடக்கும்; பின்னதற்கு நடக்காது.

மாறாக, மங்கையின் அழகை அப்படியே பார்த்து ரஸித்தால் போதாதென்று 'அழகிப் போட்டி' என்று ஒன்றை நினைத்தபோதெல்லாம் நடத்தி வரிசையாக வந்து நிற்கும் அவர்களுடைய மார்பகம் இத்தனை அங்குலம், இடை இத்தனை அங்குலம், தொடை இத்தனை அங்குலம் என்று ஒவ்வோர் உறுப்பின் அழகையும் அங்குலம் அங்குலமாகப் பார்த்து ரஸிக்கிறீர்கள்!

இம்மாதிரி சமயங்களில் அவர்கள் ஒரு சிறிதளவு துணியுடன் வந்து தங்கள் அழகைக் காட்டுவது பிடிக்காமல்தானோ என்னவோ 'காபரே' என்று ஒன்றை வேறு நீங்கள் கண்டுபிடித்திருக்கிறீர்கள். அந்த நடனத்தை ஓர் ஆரணங்கு அந்தத் துணியும் இல்லாமல் வந்து ஆடிக்காட்ட அதைப் பார்த்து நீங்கள் கை கொட்டி ரஸிக்கிறீர்கள்!

இன்று விளக்கை அணைத்துவிட்டுப் பார்க்கும் அந்த அழகுக் காட்சியை நாளைக்கு நீங்கள் விளக்கை அணைக்காமலே பார்க்கலாம்—ஏன் பார்க்க மாட்டீர்கள் முன்னெல்லாம் நாளுக்கு நாள் வளர்ந்து கொண்டிருந்த நாகரிகம் தான் இப்போது நிமிடத்துக்கு நிமிடம் வளர ஆரம்பித்துவிட்டதே!

இல்லாவிட்டால் இந்த அழகு மயக்கம், அழகுக் கவர்ச்சி, சினிமா உலகம், பத்திரிகை உலகம், விளம்பர உலகம் என்று ஓர் உலகத்தைக்கூட விடாமல் இப்படி எல்லாவற்றிலும் வியாபித்திருக்குமா?

அவற்றுக்கென்றே 'போட்டோ'வுக்குப் 'போஸ்' கொடுக்க மேல் நாடுகளில் 'மாடல் அழகிகள்' உருவாகியிருப்பது போல இங்கேயும் உருவாகியிருப்பார்களா?

மாட்டார்கள்.

ஓ, மனிதா! காலையில் காஞ்சிக்குப் போய் ஆசார்ய சுவாமிகளைத் தரிசித்துவிட்டு வந்து, மாலையில் ஆபட்ஸ் பரிக்குப் போய் அழகிப் பேட்டி நீதிபதிகளில் ஒருவனாக நீயும் உட்கார்ந்தால் என்ன அர்த்தம்? வீட்டில் சீதாப்பிராட்டியைப் பற்றியும், கண்ணகியைப் பற்றியும் வாய் ஓயாமல் பேசிக்கொண்டிருந்துவிட்டு வெளியே போய் 'காபரே' பார்த்தால் என்ன பொருள்?

பொருளாவது, அர்த்தமாவது—அனர்த்தம்தான்!

அழகு மயக்கத்தில் கொஞ்சங் கொஞ்சமாக அறிவை இழந்து கொண்டிருக்கும் மனிதனே, உன்னை மயக்கும் அழகு என்னிடமும் பெண்ணிடமும் மட்டுமில்லை. நீ பார்க்கும் ஒவ்வொரு பொருளிலும் அது இருக்கிறது. அந்த அழகை நீ பார்க்கும் விதத்தில் பார்த்து, வளர்க்கும் விதத்தில் வளர்த்தால் அது உன்னைத் தேவனாகவும் ஆக்கலாம், சைத்தானாகவும் மாற்றலாம்.

இந்த இரண்டில் நீ எதுவாக விரும்புகிறாய்?—இதுவே என் கேள்வி.

14. கீரி கேட்கிறது

தெருவில் வித்தை காட்டுவோர் ‘கீரி-பாம்புச் சண்டை’ என்று ஏதோ ஒரு சண்டையைக் காட்டி வயிறு வளர்த்தாலும் வளர்க்கிறார்கள், அதைப் பார்த்துவிட்டு நீங்கள் என்னை வைத்து கயிறு திரிக்கிறீர்கள்!

நம்ப வேண்டியதை நம்பமாட்டீர்கள்; நம்ப வேண்டாததையெல்லாம் நம்புவீர்கள். இதுதானே உங்கள் இயல்பு?

‘கண் ஒளி மங்கிவிட்டது; எந்தக் கண்ணாடி போட்டாலும் தெரியவில்லை. ஆபரேஷன் செய்தால் தான் பார்வை திரும்பும்’ என்கிறார் டாக்டர். அதில் உங்களுக்கு அவ்வளவு எளிதில் நம்பிக்கை ஏற்பட மாட்டேன் என்கிறது; ‘பார்வை திரும்புமோ, திரும்பாதோ?’ என்று சந்தேகப்படுகிறீர்கள்.

திடீரென்று ஒரு கால் விளங்காமல் போய்விடுகிறது. கம்பை எடுத்து ஊன்றிக்கொண்டு ஒரு காட்டு வைத்தியரிடம் செல்கிறீர்கள். அவர் உங்கள் காலைத் தொட்டுப் பார்த்து, அசைத்துப் பார்த்து, ‘மூன்றே நாள் எண்ணெயில் இதைச் சரிப்படுத்தி விடலாம்’ என்கிறார். அதில் உங்களுக்கு அவ்வளவு எளிதில் நம்பிக்கை வரமாட்டேன் என்கிறது; ‘மூன்றே நாள் எண்ணெயில் முடவனை எழுந்து நடக்க வைத்து விடுவானாம். இவன் சொல்வதை நம்ப நான் என்ன, முட்டாளா?’ என்று உங்கள் புத்திசாலித்தனத்தை நீங்களே மெச்சிக்கொண்டு திரும்பி விடுகிறீர்கள்!

இத்தகைய சந்தேகப் பிராணிகளான நீங்கள், ‘அற்புதப் பிரார்த்தனை! அதைச் செவி மடுத்ததும் பார்வையில்லாதவனுக்குப் பார்வை திரும்புகிறது; முடவன் கையிலுள்ள கோலை வீசி எறிந்துவிட்டு எழுந்து ஓடுகிறான்’’ என்று யாராவது சொன்னவுடன என்ன செயகிறீர்கள்?— உங்கள் வீட்டிலுள்ள குருடனையும் முடவனையும் இழுத்துக்

கொண்டு சாரி சாரியாகச் செல்கிறீர்கள், அந்தப் பிரார்த்தனையைச் செவிமடுக்க!

உங்கள் ஊருக்குள்ளே ஒரு மடம் இருக்கிறது. மடத்துக்குள்ளே ஜடாமுடியுடனும், ஜடாமுடி இல்லாமலும் எத்தனையோ சாமியார்கள் இருக்கிறார்கள். அவர்கள் உங்களை உய்விக்கவும், அதே சமயத்தில் தங்களையும் உய்வித்துக் கொள்ளவும் என்னவெல்லாமோ செய்து கொண்டிருக்கிறார்கள். அவர்களிடம் உங்களுக்கு நம்பிக்கை வரமாட்டேன் என்கிறது. அது மட்டுமல்ல, உங்களில் சிலர் அவர்களை எள்ளி நகையாடவும் செய்கிறீர்கள்.

ஊருக்கு வெளியே திடீரென்று இரண்டு சாமியார்கள் தோன்றுகிறார்கள். இருவரும் இரு மலைக் குகைகளைத் தேடிப் பிடித்துத் தங்குகிறார்கள்.

அவர்களுடைய தலை முடியும் தாடி மீசையும் வளருகின்றன, வளருகின்றன, வளர்ந்துகொண்டே இருக்கின்றன. அவர்கள் பேசுவதில்லை; சதா மௌனம், மௌனம், மௌனம்.

சீடகோடிகள் என்று சிலர் அவர்களுக்குப் பக்கத்தில் இருந்துகொண்டு, அவர்கள் தேவைகளையும் அவர்களே தேடிவரும் பக்தர்களின் கோரிக்கைகளையும் நிறைவேற்றி வருகிறார்கள்.

வேலையில்லையா?

பிடி விபூதி, வேலை கிடைத்துவிடுகிறது

பிள்ளை இல்லையா?

பிடி விபூதி, பிள்ளை பிறந்து விடுகிறது.

எல்லாம் 'காக்கை உட்காரப் பனம்பழம் விழுந்த கதை' தான் என்றாலும் சாமியார்களின் புகழ் ஊர் முழுக்கப் பரவிக்கொண்டே இருக்கிறது.

பழமாகவும் பாலாகவும் செலுத்தப்பட்டு வந்த காணிக்கைகள், நாளடைவில் பணமாகவும் பவுனாகாவும் கூடச் செலுத்தப்படுகின்றன.

வழக்கம்போல் சுற்றிலும் பக்த கோடிகள் இல்லாத சமயமாகப் பார்த்துக் கண் விழித்த 'சாமிகள்' ஒரு நாள் தங்கள் சீட கோடிகளிடம் தங்களைத் தொட்டுக் காட்டிக் கேட்கின்றன:

'இந்தக் காணிக்கைகள் எந்தச் சாமிக்கு அதிகம்? இந்தச் சாமிக்கா, அந்தச் சாமிக்கா?'

'அந்தச் சாமிக்குத்தான்', 'அந்தச் சாமிக்குதான்!' என்று இரண்டு சாமிகளின் சீடகோடிகளும் சொல்கின்றன.
'ஏன்?'

'நீங்கள் இருவருமே பொதுவாகத் 'தாடிச் சாமியார்கள்' என்று பக்தர்களால் அழைக்கப்படுவதால உங்களில் எந்தச் சாமி சக்தி மிக்க சாமி என்பதில் அவர்களுக்குக் குழப்பம் ஏற்பட்டு விடுகிறது. அந்தக் குழப்பத்தில் இங்கே செலுத்த வேண்டிய காணிக்கையைக் கொண்டுபோய் அங்கே செலுத்திவிடுகிறார்கள்; அங்கே செலுத்த வேண்டிய காணிக்கையைக் கொண்டு வந்து இங்கே செலுத்தி விடுகிறார்கள்!'

'இதைத் தடுக்க வழி?'

இருக்கிறது.

‘என்ன வழி?’

‘ஒருவர் மொட்டை சாமி’யாகவும், இன்னொருவர் ‘தாடிச்சாமி’யாகவும் மாற வேண்டும்.

‘நல்ல யோசனை! இப்போதே நீங்கள் அந்தச் சாமியிடம் போய் நிலைமையை விளக்கி, அவரை உடனே மொட்டைச் சாமியாகி விடச் சொல்லுங்கள்.’

இவ்விடத்துச் சீடகோடிகள் அவ்விடம் தூது செல்கின்றன; அவ்விடத்துச் சீடகோடிகள் இவ்விடம் தூது வருகின்றன.

நிலைமையை விளக்கியது தான் மிச்சம், எந்தச் சாமியும் மொட்டைச் சாமியாகச் சம்மதிக்கவில்லை. ‘அவன் சக்திக்கு என் சக்தி ஒன்றும் குறைந்ததல்ல’, ‘என் சக்திக்கு அவன் சக்தி ஒன்றும் மிஞ்சியதல்ல’ என்று இரண்டு சாமிகளுமே அடம் பிடிக்கின்றன.
அப்புறம்?...

‘இன்னொரு வழி இருக்கிறது’ என்று மெல்ல ஆரம்பிக்கின்றன சீடகோடிகள்.

‘அது என்ன வழி?’

‘உங்கள் விபூதியை விட உங்கள் முடியே சக்தி மிக்கதென்று ஒரு புரளியை மக்களிடையே ரகசியமாகக் கிளப்பிவிடவேண்டும். அந்த முடியைக் கேட்டால் நீங்களாகக் கொடுக்க மாட்டீர்களென்றும், நீங்கள் நிஷ்டையிலிருக்கும் சமயம் பார்த்து அவற்றில் ஒன்றைக் கத்தரித்து எடுத்துக் கொண்டு போய் வெள்ளித் தாயத்திலோ, தங்கத் தாயத்திலோ வைத்துக் கட்டிக்கொண்டால் நினைத்ததெல்லாம் நடக்கும் என்றும் சொல்லிவிட வேண்டும். அப்புறம் பாருங்கள், சவரத் தொழிலாளிக்குக்கூட

வேலை வைக்காமல் பக்தர்களே அந்தச் சாமியை மொட்டைச் சாமியாக்கி விடுவார்கள்!'

'பேஷ்! அதுவே சரி, அதுவே சரி!'

இந்த அபூர்வ யோசனை ஒரு தரப்பாருக்கு மட்டும் உதித்திருக்கக் கூடாதா? இரு தரப்பாருக்குமே ஏக காலத்தில் உதித்துவிடுகிறது. பலன்? இரண்டு சாமிகளுமே மொட்டைச் சாமிகளாகி விடுகின்றன!

நல்ல வேளையாகச் சிறையிலிருந்து தப்பி வந்திருந்த அந்தச் 'சாமி'களைப் போலீசார் தக்க சமயத்தில் வந்து பிடித்துவிடவே விவகாரம் முற்றாமல் அத்துடன் நிற்கிறது. இதெல்லாம் உங்களைப் போன்ற மனிதர்களைப் பொறுத்த விஷயம். கடவுளைப் பொறுத்த விஷயத்தில் உங்கள் நம்பிக்கை எப்படி இருக்கிறது?

விண் எந்த விஞ்ஞானியாலும் படைக்கப்பட்டதல்ல என்பதை நீங்கள் அறிவீர்கள்; மண் எந்த விஞ்ஞானியாலும் படைக்கப்பட்டதல்ல என்பதை நீங்கள் அறிவீர்கள்; நீர் எந்த விஞ்ஞானியாலும் படைக்கப்பட்டதல்ல என்பதை நீங்கள் அறிவீர்கள்; நெருப்பு எந்த விஞ்ஞானியாலும் படைக்கப்பட்டதல்ல என்பதை நீங்கள் அறிவீர்கள்; காற்று எந்த விஞ்ஞானியாலும் படைக்கப்பட்டதல்ல என்பதையும் நீங்கள் அறிவீர்கள்.

ஆனால் அவற்றைப் படைத்த விஞ்ஞானி ஒருவன் இருக்க வேண்டும். அவனே 'கடவுள்' என்பதை நம்புபவர்கள் உங்களில் எத்தனை பேர்?

அந்தக் கடவுளை மையமாக வைத்து, ஒரு பாவமும் அறியாத அவரை உங்களுக்காகப் பத்து அவதாரங்கள் எடுக்கச் செய்து, அறுபத்துநாலு திருவிளையாடல்கள் புரிய வைத்து, அவற்றின மூலம் பல அற்புதங்களைப் புராணங்களிலும்,

இதிகாசங்களிலும் நடத்திக் காட்டி, அவற்றை வைத்து 'கடவுள் இருக்கிறாரா, இல்லையா?' என்று ஆத்திகனையும், நாத்திகனையும் மோத விட்டு உங்களைக் குழப்ப விட்டிருக்கிறார்களே, அவற்றை நம்புபவர்கள் உங்களில் எத்தனை பேர்?

நிச்சயமாக முன்னவர்களைக் காட்டிலும் பின்னவர்கள்தான் அதிகமாயிருக்க வேண்டும், இல்லையா?
ஆக, உண்மையாயிருந்தாலும் ஒருவனுடைய திறமையைப் பற்றி எழுதுவதை நம்ப நீங்கள் தயாராயில்லை; பொய்யாயிருந்தாலும் அவனை வைத்து எழுதப்படும் மகிமையை நம்பவே நீங்கள் தயாராயிருக்கிறீர்கள்!

ஓ மனிதா! நீண்ட நெடுங்காலமாகக் கீரியான என் விஷயத்திலும் நீ இந்தத் தவறான நம்பிக்கையையே கொண்டிருக்கிறாய்?

பாம்புக்கும் எனக்கும் என்ன பகை?

என் காதலியை அது களவாடப் பார்த்ததா? அதன் காதலியை நான் களவாடப் பார்த்தேனா?—ஒன்றுமில்லை; நத்தை, எலி போன்றவை எனக்கு உணவாவது போல அதுவும் உணவாகிறது. அதை உணவாக உட்கொள்ள நான் முயலும்போது அது தன்னைக் காத்துக் கொள்ள என்னுடன் போரிடுகிறது. நானும் அதனுடன் போரிடுகிறேன். அவ்வளவே!

ஆனால்...

அதன் நச்சுப் பையை மட்டும் நான் தின்பதில்லை.

ஏன்?

அதைத் தின்றால் நானும் இறப்பது உறுதி.

தின்றால் மட்டுமென்ன, நச்சுள்ள பாம்பால் கடிபட்டாலும் நான் மடிவது உறுதி, உறுதி, உறுதி!

அந்த நிலைமை எனக்கு ஏன் வரமாட்டேன் என்கிறது?

அதுதான் என் திறமை!
திறமையென்றால் வெறும் திறமையல்ல; போர்த் திறமை!

நான் பாம்புடன் சண்டையிடும்போது, நீ என்னை கவனித்திருக்கிறாயா? முதலில் அதன் தலையைத்தான் நான் துண்டாக்க விரும்புவேன். அந்தத் தலையையும் அதற்கு முன்னால் சென்று கடித்துத் துண்டாக்க மாட்டேன். பின்னால் சென்று கடித்தே துண்டாக்குவேன். அதாவது, அதன் பிடரியைத்தான் கவ்விப் பிடித்து நான் சண்டையிடுவேனே தவிர, தொண்டையைக் கவ்விப் பிடித்துச் சண்டையிட மாட்டேன்.

இதுவே என் யுத்த தந்திரம். இந்தத் தந்திரத்தில் இருப்பது மகிமையல்ல, திறமையே!

இதைப் புரிந்து கொள்ளாமல் என்னிடம் ஏதோ அபூர்வ சக்தி இருப்பதாகவும், அந்தச் சக்தி இருப்பதால் பாம்பு கடித்தாலும் நான் இறப்பதில்லை என்றும் நீ சரடு விடுகிறாய்!

அப்படியே கடித்தாலும் குடு குடு வென்று ஓடிப் போய் எனக்கு மட்டுமே தெரிந்த ஓர் அற்புதப் பச்சிலையைத் தின்று அதை நான் அரைநொடியில் சரிப்படுத்திக் கொண்டு விடுகிறேன் என்று கரடி விடுகிறாய்!

இதெல்லாம் என்ன? ‘பொய்’யில் உனக்குள்ள மோகம் உண்மையில் ஏன் வரமாட்டேன் என்கிறது?

வந்தால் இந்த உலகம் வாழ்ந்து விடும் என்றா?

நடக்கட்டும்!

15. குயில் கேட்கிறது

இப்பொழுது விடிவதற்கு முன்னலேயே நீங்கள் கேட்டுக் கொண்டிருப்பீர்களே, எங்கள் குரலோசையை?

க்வா, க்வா, க்வா, க்வா...

க்கூவ், க்கூவ்..

இது வசந்த காலமல்லவா? இதுதான் நாங்கள் இணை சேரும் காலம். அப்படியென்றால் இன விருத்திக் காலம்.

இந்தக் காலத்தில் நாங்கள் ஒரே ஜாலியாயிருப்போம். அந்த ஜாலியை முழுக்க முழுக்க அனுபவிக்க வேண்டும் என்பதற்காக நாங்கள் வைக்கும் முட்டையைக்கூடக் காக்கைகள் ஏமாறும் சமயம் பார்த்து அவற்றின் கூட்டில் வைத்து விடுவோம். ஏமாந்த காக்கைகள் தங்கள் முட்டைகளோடு எங்கள் முட்டைகளையும் சேர்த்து அடை காத்துக் குஞ்சு பொரிக்கும். குஞ்சுகள் வளர்ந்ததும் எங்கள் குஞ்சுகள் எங்களைத் தேடி வந்துவிடும்.

இதனால் நீங்கள் வைத்த ஒரு சிறப்புப் பெயர்கூட உண்டே எங்களுக்கு, 'சோம்பேறிப் பறவைகள்', என்று.

நீங்கள் மட்டும் பிள்ளையை வளர்க்கத் தாதியைத் தேடலாம். நாங்கள் தேடக்கூடாதா?
அது கிடக்கட்டும், எங்களுக்கெல்லாம் 'இன விருத்திக் காலம்' என்று ஒரு காலம் இருக்கிறதே, உங்களுக்கு?—எல்லா காலமுமே அந்தக் காலம்தான் இல்லையா?

செய்யுங்கள்; அதற்கென்று ஒரு காலம் நேரம் இல்லாமல் ஒரு பக்கம் செய்வதைச் செய்து கொண்டேயிருங்கள், இன்னொரு பக்கம் 'அளவோடு பெற்று வளமோடு வாழ்க' 'இரண்டுக்குப்

பிறகு இப்போது வேண்டாம்' 'நாம் இருவர், நமக்கு இருவர்' என்பது போன்ற விளம்பரங்களைச் சிவப்பு முக்கோணச் சின்னத்தோடு சுவர்களிலெல்லாம் எழுதி வையுங்கள். பத்திரிகைகளில் எல்லாம் போட்டு வையுங்கள். எதைச் செய்தாலும் எங்களைப் போல அதற்கென்று ஒரு காலத்தை ஒதுக்கிவிட்டு, மற்ற காலங்களில் மனத்தைக் கட்டுப் படுத்திக் கொள்ளும் முயற்சியை மட்டும் செய்யவே செய்யாதீர்கள், அதற்குப் பதிலாக கருத்தடைக்கு மருந்து கண்டுபிடியுங்கள்; மாத்திரை கண்டு பிடியுங்கள். லூப், நிரோத் என்று இன்னும் என்னென்ன கண்ணராவிகள் உண்டோ அந்தக் கண்ணராவிகளை யெல்லாம் பயன்படுத்தி, கைத்தொழிலை இயந்திரமய மாக்குவது போல, இனவிருத்தித் தொழிலை மருந்து மயமாக்கி விடுங்கள்—மனிதர்களல்லவா?

முன்னெல்லாம் ஆண்களும் பெண்களும் சேர்ந்தாற்போல் உள்ள இடங்களில் நீங்கள் 'அந்த உறவை' பற்றிப் பேசக் கூசுவீர்கள். வெட்கப்படுவீர்கள். இப்போது அதெல்லாம் இல்லை. 'கர்ப்பத்தடை' என்ற பேரால் அந்தப் பேச்சு ஆண்களுக்கு எதிரே பெண்களால் பேசப்படுகிறது. பெண்களுக்கு எதிரே ஆண்– களால் பேசப்படுகிறது—ஏன் இரு சாராருமாகச் சேர்ந்தே அதைப் பற்றி வீட்டில் விவாதிக்கிறீர்கள். வெளியே விவாதிக்கிறீர்கள். சட்டமன்றத்தில் கூட விவாதிக்கிறீர்கள். பகுத்தறிவுள்ள மனிதர்களல்லவா, பெண்களுக்கு எதிராகப் பேசக்கூடாதவற்றையெல்லாம் பேசிவிட்டு விவாதிக்கக் கூடாதவற்றை யெல்லாம் விவாதித்து விட்டுச் சகோதரி, அம்மையார், என்று சமாளிக்கிறீர்கள்.

அதற்கும் மேலே போய் ஒரு சிலர் கர்ப்பத்தடையைப் பற்றியும், கருச்சிதைவைப் பற்றியும் உயர்தரப் பள்ளிகளிலேயே மாணவ—மாணவிகளுக்குச் சொல்லிக் கொடுத்துவிட வேண்டும் என்கிறார்கள்; இன்னும் சிலரோ 'அதுவரை காத்திருப்பானேன், ஆரம்பப் பள்ளியிலேயே ஆரம்பித்து விடுவதுதான் சரி' என்கிகிறார்கள்.

இத்தகைய பகுத்தறிவுள்ள மனிதர்களான உங்களுக்கு இப்போது ஒரு புது மோகம். பிறந்திருக்கிறது—அதுதான் புகழ் மோகம். அதற்காக நீங்கள் என்னவெல்லாம் செய்கிறீர்கள்!

'சொந்த வாழ்வை'ப் 'பொது வாழ்வு' என்று சொல்லிக் கொண்டு அடிக்கடி ஏதாவது ஒரு கூட்டத்துக்கு ஏற்பாடு செய்கிறீர்கள். அந்தக் கூட்டத்தில் கலந்து கொண்டு சொற்பெருக்கு ஆற்றுகிறீர்கள். சொற்போர் நிகழ்த்துகிறீர்கள்.

'தொண்டர்கள்' என்ற பெயரால் 'அப்பாவிகள்' சிலரை உங்கள் சாகசப் பேச்சால் வசப்படுத்தி, 'ஏதாவது ஒரு போராட்டம்' என்ற பேரால் அவர்களைப் போலீசாரின் தடியடிக்கோ, துப்பாக்கி குண்டுக்கோ இரையாக்கி செத்து விழுந்த அவர்கள் சடலங்களின் மேல் அவர்களுடைய மனைவி, மக்கள், உற்றார் உறவினர்கள் விழுந்து அழுவதற்கு முன்னால், நீங்கள் விழுந்து அழுது அடுத்த நாளே அவர்களைத் 'தியாகி'களாக்கி நிதி திரட்டி, அந்த நிதியில் கட்சியை வளர்ப்பதோடு உங்களையும் வளர்த்துக் கொள்கிறீர்கள்.

அந்தத் தொண்டர்களிலேயே சிலரைக் 'குண்டர்' களாக்கி, பஸ்ஸையும், ரயிலையும் 'பெட்ரோல்' ஊற்றிக் கொளுத்தி, 'எங்கள் போராட்டத்தில் இப்போது தான் சூடு பிடிக்கத் தொடங்கியிருக்கிறது' என்று வேறு சொல்லி, அந்தச் சூட்டில் நீங்கள் படுகுஷியாகக் 'குளிர்' காய்கிறீர்கள்.

நல்ல வேளையாக உங்கள் 'பிறந்த நாள் விழா'க்களை வருடந் தவறாமல் கொண்டாடும் அளவுக்கு மக்கள் இன்னும் புத்திசாலிகளாகவில்லை என்பது மட்டும் உங்களுக்கு எப்படியோ தெரிந்திருக்கிறது. அதனால் அந்த விழாக்களை உங்களுக்கு நீங்களே கொண்டாடிக் கொள்கிறீர்கள். அல்லது, உங்களுக்கு வேண்டியவர்களை, உங்களால் பெற முடியாத பேறுகளையெல்லாம் ஊரான் வீட்டுச் செலவில் பெற்று

வருபவர்களை விட்டுக் கொண்டாட வைக்கிறீர்கள். அத்தகைய விழாக்களுக்கு நீங்களும் போகக் கூச்சப்படுவதுமில்லை, வெட்கப்படுவதுமில்லை. எல்லாருக்கும் முன்னால் போய் மேடையில் உட்கார்ந்து விடுகிறீர்கள். 'காக்கா, காக்கா! இவ்வளவு அழகாய் இருக்கிறாயே, ஒரு பாட்டு பாடேன்' என்பது போல அங்கே மனித உருவில் உள்ள 'குள்ளநரிகள்' உங்களைப் பாராட்டிப் பேசுவதை காது குளிரக் கேட்கிறீர்கள், அவ்வளவை– யும் கேட்ட பிறகு நீங்கள் இப்படிப் பாராட்டும் அளவுக்கு நான் என்ன செய்து விட்டேன்?' என்று சொல்லி, அதைத் 'தன்னடக்கம்' என்று வேறு நினைத்துக் கொண்டுவிடுகிறீர்கள், அல்லது பிறரை நினைக்க வைக்க முயலுகிறீர்கள்.

இதெல்லாம் அரசியல் உலகில் புகழுக்காக நீங்கள் செய்யும் தகிடு தத்தங்கள்; இலக்கிய உலகிலோ?...

உங்களில் ஒரு சாரார், 'கம்பன் அப்படிச் சொல்கிறான். இளங்கோ இப்படி சொல்கிறான்' என்று முழுக்க முழுக்க அவர்கள் அரைத்த மாவையே திரும்பத் திரும்ப அரைக்கிறார்கள், கட்டுரையின் தலைப்புக்குக் கீழே தங்கள் பெயரை மட்டும் அவர்கள் இருவருடைய பெயர்களைக் காட்டிலும் பெரிதாகப்போட்டுக் கொண்டு விடுகிறார்கள்.

கம்பன் சொல்வது சரி, நீங்கள் என்ன சொல்கிறீர்கள்? 'என்று கேட்டால், 'அவர்கள் தான் எல்லாவற்றையும் சொல்லி விட்டார்களே, அதற்கு மேல் நாங்கள் சொல்ல என்ன இருக்கிறது?' என்று சொல்லி விட்டோ அல்லது சொல்லாமலேயோ மெல்ல நழுவி விடுகிறார்கள்.

இன்னொரு சாரார், கதை, கட்டுரை எழுதிப் பத்திரிகைகளுக்கு அனுப்புகிறார்கள். அவை பிரசுரமானால் சரி, பிரசுரமாகா விட்டால் தாங்களாகவே சொந்தப் பணத்திலோ, அல்லது ஊரான் வீட்டுப் பணத்திலோ பத்திரிகை நடத்தத்

தொடங்குகிறார்கள். அதில் தங்கள் மனம் போனபடி எழுதுகிறார்கள். படிக்க ஆள் கிடைத்தால் சரி, கிடைக்காவிட்டால் தாங்கள் இருக்கும் தெருவுக்கோ, ஊருக்கோ தனி 'எழுத்தாளர் சங்கம்' ஒன்றை நிறுவி, அந்தச் சங்கத்திற்குத் தாங்களே தலைவராகி விடுகிறார்கள்.

அதற்குப் பின்....

'விசிட்டிங் கார்'டில் அவர் எழுத்தாளர் தலைவர், 'லெட்டர் ஹெட்'டில் அவர் எழுத்தாளர் தலைவர், வீட்டு முகப்பில் தொங்கும் போர்டில் அவர் எழுத்தாளர் தலைவர், 'ஆண்டு விழா'வுக்குத் தலைமை தாங்க வரும் அமைச்சரை வரவேற்றுப் பேசும்போது அவர் எழுத்தாளர் தலைவர், ஆளுநருக்கு அறிமுகப்படுத்தி வைக்கும் போது அவர் எழுத்தாளர் தலைவர்...

எழுத்து?...

அது தான் அவரைக் கைவிட்டு விட்டதே!

இலக்கிய உலகில் புகழ் தேடும் படலம் இது; கலை உலகில்?...

புகழோடு பொருளும் பெரும் அளவில் சேர்க்க வாய்ப்பிருப்பதால் அவற்றுக்காக என்ன வேண்டுமானாலும் செய்கிறீர்கள்; எதை வேண்டுமானாலும் இழக்கிறீர்கள். அவற்றைச் சொல்ல நாக் கூசும்; எழுதக் கை கூசும். என் நன்மைக்காகவும், படிப்பவர்கள் நன்மைக்காகவும் அவற்றை இங்கே சொல்லாமல் விடுகிறேன். மன்னிக்க. இது உங்கள் கதை; என் கதை?...

ஆயிரமாயிரம் ஆண்டுகளாக நான் உங்கள் வாழ்வில், இலக்கியங்களில், இதிகாசங்களில்—ஏன் புராணங்களில் கூட இடம் பெற்று வருகிறேன். என்னைப் போற்றிப் புகழாத

ஆழ்வார்கள் கிடையாது; நாயன்மார்கள் கிடையாது; கவிஞர்கள் கிடையாது; கலைஞர்களும் கிடையாது. இத்தனைக்கும் நான் என்ன செய்கிறேன்? என்னைப் பற்றியோ, என் குரலின் இனிமையைப் பற்றியோ தன்னடக்கத்துடனோ, தன்னடக்கம் இல்லாமலோ ஒரு வார்த்தை சொல்கிறேனா? தங்கள் பத்திரிகையில் அவ்வப்போது என்னைப்பற்றி ஏதாவது எழுதி, எனக்கு விளம்பரமும் புகழும் தேடிக் கொடுக்க வேண்டும் என்பதற்காக வெறுங்கையுடனோ, அல்லது இரண்டு ஆப்பிள் பழங்களுடனோ எந்தப் பத்திரிகைக்காரர் வீட்டுக்காவது விடிந்ததும் விடியாததுமாக இருக்கும் போதே போய் நின்று, அவருடைய கழுத்தைத் தொடர்ந்து அறுக்கிறேனா? அந்தப் பத்திரிகைக்காரரை என் வீட்டுக்கு அழைத்து விருந்து வைத்து... அனுப்பிவிட்டு, 'இது ஒரு தண்டம், என்ன எழுதுகிறானோ என்னவோ' என்று வயிறெரிந்து நிற்கிறேனா? எதிர்த்தாற்போல் அவரை 'இந்திரன், சந்திரன்' என்று பாராட்டிவிட்டு வந்து, 'என் போதாத காலம். கழுதையைக்கூடக் குதிரை என்று சொல்ல வேண்டியிருக்கிறது' என்று அலுத்துக்கொள்கிறேனா? சொன்னபடி எழுதினால் அவனை 'மகா ரசிகன்' என்று போற்றி, எழுதாவிட்டால் 'மகா அற்பன்' என்று தூற்றுகிறேனா?

இல்லை. எனக்கு நானே சிலை வைத்துக் கொள்ள ஏற்பாடு செய்கிறேனோ? அந்தச் சிலை உருவாகும் இடத்துக்கு நானே முக்காடு கூடப் போட்டுக் கொள்ளாமல் சென்று மணிக்கணக்கில் உட்கார்ந்து 'போஸ்' கொடுக்கிறேனா?

'ஓ, குயிலே! மதுரமான உன் கானத்தில் நாங்கள் மனத்தைப்பறிகொடுத்து நிற்கிறோம்—காரியவாதிகள் கழகம்' என்று யாரையாவது தங்கள் செலவில் 'போஸ்டர்' அடிக்க வைத்து, ஊர் முழுவதும் ஒட்ட வைக்கிறேனா?

என் புகழ் பரவ எந்த ‘இல்லைப் பாட்டுக்கார’னை யாவது தேடிப் பிடித்து, என்னைப்பற்றி அவனை ‘வில்லுப் பாட்டு’ப் பாட வைக்கிறேன?

பிடிப்பவர்களைப் பிடித்து என்னைப் பற்றிய செய்திகள், விமர்சனங்கள் சினிமாவிலும் ரேடியோவிலும் தொடர்ந்து வர ஏற்பாடு செய்கிறேனா?

பிச்சைக்காரனுக்கு ஒரு பைசா போடப் போவதாக சொல்வதாயிருந்தால்கூட, இதைப் போடுவதற்கு முன்னலேயே பத்திரிகைக்காரர்களை யெல்லாம் கூப்பிட்டு வைத்துப் பேட்டி அளிக்கிறேன?

இல்லை, இல்லவே இல்லை. அதற்கெல்லாம் மாறாக நான் என்ன செய்கிறேன்?

உங்கள் வீட்டுக்கு அருகே உள்ள மரத்தின்மேல் உட்கார்ந்து கூவும்போது உங்கள் குழந்தை என்னைப் போலவே கூவி என்னைப் பார்க்க முயன்றால்கூட உடனே நான் அந்த இடத்தை விட்டு ஓடிவிடுகிறேன்—அதில் கூட அத்தனை வெட்கம் எனக்கு!—உங்களுக்கு அந்த வெட்கம் கூட இல்லையே? பாழும் புகழுக்காகப் பொய்யை வரவேற்று வளர்த்து, உண்மைக்கு விடை கொடுத்து அனுப்பிக் கொண்டிருக்கிறீர்களே!

ஒ மனிதா புகழைத் தேடிச் சென்றல் அது ஓடிவிடும் என்பது உனக்குத் தெரியாதா? நீ வலிந்து அடைந்த புகழ் உன்னை நீண்ட நாள் மேட்டில் உட்கார வைக்காது. இன்றில்லாவிட்டாலும் என்றாவது ஒரு நாள் அது உன்னைப் பள்ளத்தில் தள்ளிவிடும் என்பதை நீ அறியாயோ?

கொஞ்சம் யோசித்துப் பார்!—நீயாகத் தேடி அடையும் புகழ் போலிப் புகழ்; தானாக உன்னைத் தேடி வரும் புகழே

உண்மையான புகழ். அதுவே உன் மறைவுக்குப் பிறகும் உன்னை வாழ வைக்கும் புகழ்.

அத்தகைய புகழை அடைந்திருக்கும் நான் அதற்காகச் செய்ததெல்லாம், செய்வதெல்லாம் என்ன? கூவுகிறேன்; அவ்வளவே.

பூவுக்கு அதன் வாசமே விளம்பரம்; எனக்கு என் கூவலே விளம்பரம்.

அதே மாதிரி உனக்கும் உன் செயலே விளம்பரமாயிருக்கட்டும்; புகழ் தானாக உன்னைத் தேடி வரும்.

அதைவிட்டு, அதற்காக உன்னை நீயே அளவுக்கு மீறி விளம்பரப்படுத்திக் கொள்வது மக்களிடையே புகழை வளர்க்காது; வெறுப்பைத்தான் வளர்க்கும்.

16. யானை கேட்கிறது

சும்மா சொல்லக் கூடாது; பல விஷயங்களில் நீ
வினாவுக்குரிய மனிதனாக இருந்தாலும், சில விஷயங்களில்
வியப்புக்குரிய மனிதனாகவும் இருக்கிறாய்!

அவற்றில் ஒன்று இது;

எவ்வளவு பெரிய ஜீவன் நான்; எவ்வளவு சிறிய மனிதன் நீ.
என்னை நீ எப்படியோ பிடித்து அடக்கி ஆண்டுவிடுகிறாயே!

முதலில் நீ காடையை வைத்துக் காடையைப் பிடிக்கக்
கற்றாய்; அடுத்தாற்போல் கவுதாரியைப் பிடிக்கக் கற்றாய்.
இப்படியே நீ மானை வைத்து மானையும், யானையை
வைத்து யானையையும் பிடிக்கக் கற்றுக் கொண்டு விட்டாய்!

இந்தப் புத்திசாலித்தனம் உனக்கு எப்படி வந்திருக்கும்?—
சந்தேகமென்ன, என்னை வைத்துத்தான் இந்தப்
புத்திசாலித்தனம் உனக்கு வந்திருக்கும்!

உன்மேல் உனக்கு எப்போதுமே நம்பிக்கை இருந்ததில்லை.
அதாவது, உன் மனத்தை உன்னாலேயே அடக்கி ஆண்டுவிட
முடியும் என்ற நம்பிக்கை உனக்கு எந்த நாளிலுமே
வந்ததில்லை.

ஆகவே, அந்த நாளிலேயே உன்னை அடக்கி ஆள நீ உன்
கூட்டத்துக்குத் 'தலைவன்' என்று ஒருவனைக் கண்டாய்.
அந்தத் தலைவன் பின்னால் 'ராஜா'வானான்; அந்த ராஜா
பின்னல் 'ஜனாதிபதியாகி' அந்த ஜனாதிபதி இப்போது
பிரதமமந்திரி காட்டிய இடத்தில் கையெழுத்தும் போடும்
அளவுக்கு 'உயர்ந்'திருக்கிறார்.

இதுவே 'அரசு' என்று ஒன்று பிறந்து அந்த அரசு முடியரசாகி அப்புறம் குடியரசான கதை.

எந்த ஆசாமியாயிருந்தால்தான் என்ன, அந்த அரசு உன்னை எப்படி அடக்கி ஆளுகிறது?—அது தான் விஷயம்!—உன்னில் சிலரைப் பிடித்து, 'காவற் படை' என்று ஒன்றை அது அமைக்கிறது. அந்தப் படைக்கு மேல் கீழ்க்கோர்ட் மேல்கோர்ட் சுப்ரீம் கோர்ட் என்று என்னென்னவோ கோர்ட்டுகள்...

முடிவு?

உன் மனதை நீ கட்டுப்படுத்த முடியாமல் ஏதாவது தப்புத் தண்டா செய்தால் போதும், உன்னில் ஒருவன் வந்து உன்னைப் பிடிக்கிறான்; உதைக்கிறான்; சிறையில் தள்ளுகிறான்; தூக்கு மேடையிலும் ஏற்றி 'ஓம் சாந்தி' என்று சொல்லி விடுகிறான்!

எதற்கு?

'எல்லாம் உனக்காக, உன் சமுதாயத்துக்காக' என்கிறான் அவன்; நீ என்ன சொல்கிறாய்?

ஒரு பாவமும் அறியாதவன் நான். ஐந்து வருடத்துக்கு ஒரு முறை—அதாவது, வோட்டுப் போடும் அன்றைக்கு மட்டும் நான் இந்த நாட்டு மன்னனாக்கப்படுகிறேன். அதற்குப்பின் 'மாண்புமிகு அமைச்சர்களுக்கும் மதிப்புமிகு எம். எல். ஏ., எம். பி.க்களுக்கும் அடிமையிலும் அடிமையாக இருக்கிறேன்' என்கிறாயா?

அதனால் என்ன, 'ஏக் தின் கா சுல்தா'னாகவாவது உன்னை இருக்க விடுகிறார்களே, அது போதாதா?

இப்படி அரசினர் உன்னை வைத்தே உன்னைப் பிடிப்பதிலிருந்துதான் என்னை வைத்து என்னைப் பிடிக்கும் வித்தையை நீ கற்றிருக்க வேண்டும். இல்லையா?

அது எப்படியாவது இருக்கட்டும்—அந்த நாளில் ராஜாக்கள் உன்மேல் பவனி வந்து, தங்கள் 'தனித் தன்மை'யை நிலைகாட்ட வேண்டியிருந்தது. அதைப் பார்த்த புலவர் பலர் பாடிப் பிழைக்க வேண்டியிருந்தது. அதற்காகக் கற்பனையிலாவது பல பெண்களை விட்டு, அந்த ராஜாக்களை அவர்கள் காதலிக்க வைக்க வேண்டியிருந்தது. இந்தக் கஷ்டத்துக்காக என்னைப் பிடித்து அப்போது பழக்கித் தொலைத்தார்கள்!

அடுத்தாற்போல் போர்! 'போர்' என்றதும் 'வைக்கோல் போராக்கும்' என்று நினைத்துவிடப் போகிறீர்கள்;—யுத்தம்! அந்த யுத்தத்தில் எதிரிகளின் கோட்டைக் கதவுகளை உடைத்தெறிய அந்த நாளில் நம் மதிப்புக்குரிய மன்னர்களுக்கு வெள்ளைக்காரனும் துணைக்கு வரவில்லை; அவன் பீரங்கியும் துணைக்கு வரவில்லை. அதனால் என்னைப் பிடித்து பழக்கி அந்தக் கதவுகளுடன் மோதவிட்டு, அவற்றையும் உடைத்தார்கள்! என் தலையையும் உடைத்தார்கள்.

அதெல்லாம் போய்ப் பளுதூக்கும் வேளை வந்தது. உங்களால் தூக்கமுடியாத பாரத்தைத் தூக்க என் துணை உங்களுக்கு வேண்டியிருந்தது. அதற்காக எங்களைப் பிடித்துப் பழக்கினீர்கள்.

ரொம்ப சரி.

இப்போதுதான் விதம் விதமான 'கிரேன்'களெல்லாம் வந்துவிட்டனவே பளு தூக்க? இன்னுமா நீங்கள் எங்களைப் பிடித்துப் பழக்கிக்கொண்டிருக்க வேண்டும்? அதிலும், அன்றிலிருந்து இன்றுவரை கூட்டு 'வாழ்க்கை'யில் அசைக்க

முடியாத நம்பிக்கை வைத்து, அந்த வாழ்க்கையிலேயே நாட்டம் கொண்டிருப்பவர்கள் நாங்கள். நீங்களோ?...

'நாட்டு வாசிகளாயிருந்த' காலத்தில் பக்கபலத்தைக் கருதியோ என்னவோ, எங்களைப்போல் நீங்களும் கூட்டுவாழ்க்கை நடத்திக் கொண்டிருந்தீர்கள். எல்லாருமாகச் சேர்ந்து உழைத்து கிடைத்ததைச் சேர்ந்து உண்டு களித்தீர்கள். 'நாளைக்கு நம்மால் உழைக்கமுடியாதே. உட்கார்ந்து சாப்பிடவேண்டுமே, அதற்காக இப்போதே ஏதாவது சேர்த்து வைத்துக் கொள்ள வேண்டுமே' என்ற கவலையெல்லாம் அப்போது உங்களுக்கு இல்லை; 'இன்று புதிதாய்ப் பிறந்தோம்' என்று ஒவ்வொரு நாளும் புதிதாய்ப் பிறந்து ஒவ்வொரு நாளும் புதிதாய் வளர்ந்து, ஒவ்வொரு நாளும் புதிதாய் வாழ்ந்து இன்புற்றிருந்தீர்கள், இன்றோ?

'நாட்டு வாசிகளாகி நாகரிகம் மிக்கவர்களாகிவிட்ட உங்களுக்கு, 'கூட்டு வாழ்க்கையில் இருந்த நம்பிக்கை போய்விட்டது; தனிப்பட்ட வாழ்க்கையில் நம்பிக்கை வந்துவிட்டது. அதற்காகப் பெற்ற பிள்ளைக்குக் கலியாணம் செய்து வைத்ததும் தந்தையும், உடன் பிறந்த தம்பிக்குக் கலியாணம் செய்து வைத்ததும் அண்ணனும்கூட அவர்களே உடனே பிரித்துத் தனிக் குடித்தனம் வைத்துவிடுகிறார்கள். அவர்கள் வைக்காவிட்டால் கலியாணம் செய்து கொண்டவர்களே அவர்களை விட்டுப் பிரிந்து தனிக்குடித்தனம் செய்யப் போய் விடுகிறர்கள்!
உறவு?

நல்லது, கெட்டது நடக்கும்போது நாலு பேருக்கு அஞ்சி ஓரளவு கூட்டம் சேர்க்க மட்டுமே உதவுகிறது!

இத்தகைய வாழ்க்கையே சரி என்று சாதிக்க உங்களிடையேதான் இன்று எத்தனை மூதுரைகள், எத்தனை பழமொழிகள்!...

‘தாயும் பிள்ளையுமாயிருந்தாலும் வாயும் வயிறும் வேறே,’ பனங்காயையும் பங்காளியையும் பதம் பார்த்து வெட்டு...’ எக்ஸட்ரா ... எக்ஸட்ரா.

இந்த அளவுக்குச் சுயநலவாதிகளாகிவிட்ட நீங்கள்தான் இந்தியாவை ஒரே தாய் என்கிறீர்கள்; அந்தத் தாயின் வயிற்றில் இருந்தே எல்லாரும் பிறந்ததாகச் சொல்கிறீர்கள்; சண்டை செய்தாலும் சகோதரர் அன்றோ என்கிறீர்கள்; வாழ்ந்தால் எல்லாரும் வாழ்வோம், வீழ்ந்தால் எல்லாரும் வீழ்வோம் என்று சந்தர்ப்பம் வாய்க்கும்போதெல்லாம் தொண்டை கிழியக் கத்துகிறீர்கள்.

உங்களை நான் ரகசியமாகக் கேட்கிறேன்—இதெல்லாம் நிஜமாக இல்லையே? சும்மா ஒரு தமாஷுக்குத்தானே?

இல்லையென்றால் வீட்டில் காணமுடியாத ஒற்றுமையை நாட்டில் காணமுடியுமென்று நீங்களா நம்புவீர்கள்!

இதைவிடத் தமாஷானது ஏகபோகத்தை அறவே ஒழித்து, சோஷலிசத்தை இந்தக் கணமே கொண்டு வந்து, எல்லாருக்கும் பங்களா, கார், தெரிந்து ஒரு மனைவி, தெரியாமல் பல உள்நாட்டு வெளி நாட்டுத் துணைவிகள் எல்லாம் கிடைப்பதற்காக நீங்கள் கடைசியாகக் கண்டுபிடித்துள்ள இயக்கம் கூட்டுறவு இயக்கம். இந்த இயக்கத்தில் சம்பந்தப்பட்டவர்கள் சொல்லாமல் சொல்வது என்ன? செய்யாமல் செய்வது என்ன—? ‘கூட்டுறவுதானே? உங்கள் வீட்டுச் சொத்தா, எங்கள் வீட்டுச் சொத்தா, யார் வீட்டுச் சொத்தோ, அதைப் பற்றி நமக்கு என்ன கவலை? அடி, கொள்ளை’ முடிந்தால் தனியாகவே அடி! இல்லா விட்டால் கூட்டுச் சேர்ந்து கூட்டுக் கொள்ளை அடி! தப்பித் தவறி அகப்பட்டுக் கொண்டுவிட்டால் இரண்டு வருடமோ, மூன்று வருடமோதானே உள்ளே இருந்து விட்டு வரவேண்டும்? வந்த பின் அடித்ததை வைத்து உட்கார்ந்து சாப்பிட்டால் போச்சு!’ என்பதுதான்.

அதாகப்பட்டது, எதையாவது செய்து 'உழைக்காமல் சாப்பிட வேண்டும்.' இதுவே உங்கள் வாழ்க்கையின் லட்சியம், இல்லையா?

ஓ, மனிதா! எங்களுக்கு வேண்டாம் இந்த வாழ்க்கை; எங்களுக்கு வேண்டாம் இந்த லட்சியம். உங்களைப் போல் நாங்கள் கூட்டுறவு வாழ்க்கை வாழவும் வேண்டாம்; கூட்டுக் கொள்ளை அடிக்கவும் வேண்டாம்.

அதற்காக நாங்களும் உங்களைப் போல் நாட்டுவாசிகளாகவும் வேண்டாம்; நாகரிகத்தில் மிதக்கவும் வேண்டாம்.

உன்னைக் கெஞ்சிக் கேட்டுக் கொள்கிறேன்—தயவு செய்து எங்களைக் காட்டு வாசிகளாகவே வாழவிடு!

அங்கே ஒன்றுக் கொன்று உதவி நாங்கள் நடத்தும் கூட்டு வாழ்க்கையில் தாயும் பிள்ளையும் மட்டும் அல்ல, வாயும் வயிறும்கூட ஒன்றாகவே இருக்கும். பசிக்காகப் பனங்காயை மட்டுமே நாங்கள் பதம் பார்த்துப் பறிப்போம்; சொத்துக்காகப் பங்காளியின் தலையைப் பதம் பார்த்துப் பறிக்க மாட்டோம்.

என்ன இருந்தாலும் நாங்கள் மிருகங்களல்லவா?

17. காகம் கேட்கிறது

கொஞ்ச நாட்களாக உங்களை இந்த 'சோஷலிஸ பைத்தியம்' பிடித்து ஆட்டி வைக்கிறது. எங்களையும் நீங்கள் 'சோஷலிஸ்டுகள்' என்று சொல்லிராது கிடைத்தாலும் அதை நாங்கள் பகுத்துண்டு பல்லுயிர் ஓம்புவ'தாகப் போற்றி வருகிறீர்கள்.

இது எந்த அளவுக்கு உண்மையென்றால், நீங்கள் 'சோஷலிஸம் பேசும்' அளவுக்குத்தான் உண்மை !

அதாவது, கீழே ஏதாவது இருந்து, அதைக் கொத்திக் கொண்டு மேலே போக முடியாமலிருந்தால், நாயோ பூனையோ வந்து விரட்டி விட்டுத் தின்றுவிடக் கூடாதே என்பதற்காகக் 'கா, கா, கா' என்று கரைந்து நாங்கள் பக்க பலத்துக்காக மேலும் கொஞ்சம் கூட்டம் சேர்ப்போம். உங்களுக்கு முன்னால் அதைக் 'கலந்துண்டு', எங்களை சோஷலிஸ்ட்டுகளாகவும், காட்டிக்கொள்வோம். கிடைத்ததை எடுத்துக் கொண்டு மேலே போக முடிந்தாலோ?—அதைக் கொண்டு போய் ஒரு மரக்கிளையின்மேல் வைத்து, அது தவறிக் கீழே விழுந்துவிடாதபடி அதன்மேல் ஒரு காலை ஊன்றிக்கொண்டு, சக காக்கைகள் பகிர்ந்துண்ண அவற்றைச் சிறகால் அடித்து விரட்டிக் கொண்டு, அதை நாங்களே, நாங்கள் மட்டுமே எங்கள் அலகால் பிய்த்துப் பிய்த்துத் தின்று தீர்ப்போம்.

இந்த விஷயத்தில் உங்களுக்கும் எங்களுக்கும் இடையே உள்ள ஓர் அபூர்வ ஒற்றுமை என்ன– வென்றால், நீங்களும் கீழே உள்ளவரை சோஷலிஸம் பேசிவிட்டு, மேலே போனதும் அதை மறந்து விடுகிறீர்கள்; நாங்களும் கீழே எதையாவது வைத்துத் தின்ன நேர்ந்தால் சோஷலிஸ்ட்டுகளாக இருக்கிறோம்; மேலே வைத்துத் தின்ன முடிந்தால் 'சுதந்திரா'வாகி விடுகிறோம்.

அடாடா! இந்த ‘அழுமூஞ்சி உலக’த்தையே ‘ஆனந்த உலக’மாக்கப் போகும் சோஷலிஸத்தில் நமக்குள்ளே என்ன ஒற்றுமை, என்ன ஒற்றுமை!

அது போகட்டும்; இது என்ன சங்கதி?—உங்களில் சிலர் உண்பதற்காகக் காடை, கவுதாரி போன்றவற்றைப் பிடிக்கிறார்கள், அதை நான் பார்த்திருக்கிறேன். வளர்ப்பதற்காகக் கிளி, மைனா போன்றவற்றைப் பிடிக்கிறார்கள். அதை நான் பார்த்திருக்கிறேன். எங்களையோ?—யாரும் எதற்காகவும் பிடிக்கவுமில்லை; பிடிப்பதாகத் தெரியவுமில்லை. அப்படியிருந்தும் இந்தக் ‘காக்கா பிடிக்கும் கலை’ என்று உருவாகி வளர்ந்தது?...

அதைப் பற்றி நீங்கள் யோசித்தீர்களோ இல்லையோ, நான் யோசித்தேன், யோசித்தேன், அப்படி யோசித்தேன். கடைசியில் அந்தக் கதைதான் என் நினைவுக்கு வந்தது. ‘எந்தக் கதை?’ என்கிறீர்களா?—சொல்கிறேன்:

தங்களைப் பற்றியே. இன்னும் சரி வர ஆராய்ந்து தெரிந்துகொள்ளாத உங்களில் சிலர், எங்களைப் பற்றி இப்போது ஆராய்ந்து வருகிறார்களல்லவா? அவர்கள் எங்கள் இனத்தைத் ‘திருட்டுப் பறவை இன’த்தில் சேர்த்திருக்கிறார்கள். ‘இது ஏன்?’ என்று எனக்குப் புரியவில்லை. யாரோ படைத்த பொருட்களுக்குச் சொந்தம் கொண்டாடும் ‘யோக்கியர்கள்’ எங்கே இருக்கிறார்களோ, அங்கேதானே ‘திருடர்’களும் இருக்க முடியும்? எங்களிடையேதான் எதற்கும் சொந்தம் கொண்டாடும் ‘யோக்கியர்கள்’ இல்லையே? ‘திருடர்கள்’ எப்படி இருக்க முடியும்?

என்ன ஆராய்ச்சியோ உங்கள் ஆராய்ச்சி!

இந்த அழகான ஆராய்ச்சியை 'உண்மை' என்று நிரூபிப்பதற்காகவோ என்னவோ, உங்களில் ஒருவர் என்னை வைத்து ஒரு கதை கட்டி விட்டுவிட்டார். ஒரு நாள் ஒரு செட்டியார் கடையிலிருந்து ஒரு வடையைத் திருடிக் கொண்டு வந்து நான் மரத்தின் மேல் உட்கார்ந்து கொண்டேனாம். இதைப் பார்த்துக் கொண்டே இருந்த ஒரு நரி என்னிடம் வந்து, 'காக்கா காக்கா, இவ்வளவு அழகாயிருக்கிறாயே! உன் வாயைத் திறந்து ஒரு பாட்டு பாடேன்?' என்றதாம். உடனே நான் உச்சி குளிர்ந்து, 'கா, கா' என்று பாட, வாயிலிருந்த வடை கீழே விழ அதைக் கவ்விக்கொண்டு ஓட்டம் பிடித்ததாம் நரி, நான் ஏமாந்து போனேனாம். இப்படி 'வஞ்சகப் புகழ்ச்சியால் பிறரை ஏமாற்றிப் பிழைக்கும் கலை'தான் உங்களிடையே 'காக்கா பிடிக்கும் கலை'யாக உருவாகி வளர்ந்திருக்க வேண்டும்; இல்லையா?

அந்தக் கலையும் உங்களில் சிலருக்குத்தான் கை கொடுக்கிறது; சிலருக்குக் கை விரித்து விடுகிறது.

ஓர் அவசரத் தேவை—உங்கள் நண்பர்களில் யாரிடமாவது போய்க் கை மாற்றாக ஒரு பத்து ரூபா வாங்க வேண்டுமென்று நினைக்கிறீர்கள். அதற்காக நீங்கள் முதலில் நுழையும் வீடு ஒரு பாடகரின் வீடாயிருக்கிறது "வணக்கம், வணக்கம். நேற்று உங்கள் கச்சேரி பிரமாதமாயிருந்தது. இந்த 'சீச'னிலேயே 'ஏ ஒன் கச்சேரி உங்களுடையதுதான்' என்று எல்லாரும் பேசிக் கொண்டார்கள்!' என்று 'காக்கா பிடித்து'க் கொண்டே உள்ளே நுழைகிறீர்கள்.

"ஏன் ஐயா, என் மானத்தை இப்படி வாங்குகிறீர்? இந்த சீசனிலேயே அந்த ஒரு கச்சேரிதான் எனக்குக் கிடைத்தது. அதுவும் கடைசி நிமிஷத்தில் கான்சலாகி விட்டது!" என்கிறார் அவர்.

அப்போதுதான் அன்றைக்கு முதல் நாள் அவருடைய கச்சேரி நடக்காமற்போனது உங்களுக்குத் தெரிகிறது. "ஹிஹி, அப்படியா? நான் வரேன்!" என்று போன சுவடு தெரியாமல் திரும்பிவிடுகிறீர்கள்.

இது ஒரு விதம்.

அலுவலகத்தில் 'பத்தோடு பதினொன்'றாக உட்கார்ந்து வேலை பார்த்துக் கொண்டிருக்கிறீர்கள், மானேஜர் தம் அறையிலிருந்தபடி, "யார் அங்கே?" என்கிறார். அவர் 'எள்' என்பதற்குள் எண்ணெயையே கொண்டுபோய்க் கொடுத்துவிட வேண்டுமென்பதற்காக, "இதோவந்து விட்டேன்," என்று நீங்கள் எல்லாரையும் முந்திக்கொண்டு ஓடுகிறீர்கள். எங்கேயோ போயிருந்த 'ஹெட் கிளார்க்'கைத் தேடிப் பிடித்து இழுத்துக் கொண்டு போய் மானேஜருக்கு முன்னால் நிறுத்துகிறீர்கள், "நான் இவரையா கூப்பிடச் சொன்னேன்?" "ஸ்டெனோவையல்லவா கூப்பிடச் சொன்னேன்?" என்கிறார் அவர். "ஹிஹி, ஸ்டெனோவையா? இதோ கூப்பிடுகிறேன்" என்று பிடரியை ஒரு காரணமுமில்லாமல் தடவிக்கொண்டே, திரும்புகிறீர்கள்.

இது இன்னொரு விதம். ஆக, எல்லாக் கலைகளிலும் உள்ள 'நுணுக்கம்' இந்தக் கலையிலும் இருக்கிறது. அந்த நுணுக்கம் தெரிந்தவர்களே இதிலும் வெற்றிபெற முடிகிறது; அல்லாதவர்கள் தோல்வியையே தழுவ நேருகிறது.

ஓமனிதா! ஒரு பாவமும் அறியாத என்னை இந்தக் 'காக்கா பிடிக்கும் கலை'யில் சம்பந்தப்படுத்தியதோடு நீ நின்றாயா?— இல்லை; தெருவில் நீ அடித்துப் போடும் எலிகளையும், உன் காலடியில் சிக்கிச் செத்துக்கிடக்கும் தவளைகளையும் அப்புறப்படுத்தி நான் துப்புரவாக்கு கிறேன் என்பதற்காக நீ என்னை 'ஆகாயத் தோட்டி' என்ற 'சிறப்புப் பெய'ரால் வேறு அழைத்துத் தொலைகிறாய்!

இதில் 'தோட்டி' என்னத்துக்கு, 'தோட்டி?' அதற்குப் பதிலாக 'ஆகாயத் தொண்டன்' என்றோ, 'ஆகாய ஊழியன் என்றோ' அழைத்தால் என்னவாம்?

எப்படி அழைப்பாய்? தொழிலுக்கு ஒரு ஜாதி, ஜாதிக்கு ஒரு தொழில்; என்று அந்த நாளிலேயே கண்டவனாயிற்றே நீ நாளது வரை 'ஜாதிபேதத்தை ஒழிக்க வேண்டும், ஒழிக்கவேண்டும்' என்று ஒரு பக்கம் சொல்லிக் கொண்டே, இன்னொரு பக்கம் 'சவரத் தொழிலாளி' என்றும், 'சலவைத் தொழிலாளி' என்றும் 'அரிஜன்' என்றும் பழைய பெயர்களுக்குப் பதிலாகப் புதிய புதிய பெயர்களைச் சூட்டி, ஜாதிக்கு ஒரு தொழிலையும், தொழிலுக்கு ஒரு ஜாதியையும் 'நவீன முறை'யில் வளர்த்து வருபவனாயிற்றே நீ!

*இந்த நிலையில் தன் ஜாதிக்கு விரோதமாகச் சவரத் தொழிலை மேற்கொண்டு 'தொழிலுக்கு ஒருஜாதியில்லை?' என்பதை நிரூபிக்க உங்களிடையே உள்ள ஒரு முதலியாரோ, ஒரு நாயுடுவோ எங்கே முன் வரப் போகிறார்?
சலவைத் தொழிலை மேற்கொண்டு, 'ஜாதிக்கு ஒரு தொழில் இல்லை' என்பதை நிரூபிக்க ஒரு சர்மாவோ, சாஸ்திரியோ எங்கே துணியப் போகிறார்?*

என்னை 'ஆகாயத் தோட்டி' என்று இழித்துரைக்கும் மனிதனே! உங்களிடையே உங்களில் ஒருவகை நடமாடும் தோட்டியை நீ 'நகர சுத்தித் தொழிலாளி', என்று சொல்லிவிட்டால் சமூகத்தில் அவனுக்குள்ள இழிவு அவனை விட்டுப் போய்விடுமா?

ஒரு நாளும் போகாது.

அதணால்தான் 'வைசிய'ரான மகாத்மா, தாமே 'தோட்டி வேலை' செய்து காட்டினர். அவரையே டாக்டர் அம்பேத்கார் கேட்டார்:

''அரிஜனங்கள் 'கடவுளின் மக்கள்' என்றால் மற்றவர்கள் யாருடைய மக்கள்?''

இதிலிருந்து என்ன தெரிகிறது? 'புறப்புரட்சி மூலம் யாரும் எதையும் சாதிக்க முடியாது; அகப்புரட்சி மூலமே சாதிக்க முடியும்' என்று தெரியவில்லையா?

அந்த அகப் புரட்சியை நீ எப்போது செய்யப் போகிறாய்?

அதைச் செய்தால், 'ஜாதி இருக்காது; ஜாதி இல்லாவிட்டால் தேர்தலில் சுலபமாக வெற்றிபெற முடியாது; தேர்தலில் வெற்றிபெற முடியாவிட்டால் எம். எல். ஏ. வாகவோ, அமைச்சராகவோ ஆக முடியாது; ஆகாவிட்டால் ஜனநாயகம் பிழைக்காது' என்கிறாயா?

அதுவும் சரி; எது பிழைத்தால் என்ன, எது பிழைக்காவிட்டால் என்ன?-நீ பிழைத்தால் சரி!

'சுயநல'த்தில் பிறந்த சோஷலிஸம் இப்படி இல்லாமல் வேறு எப்படி இருக்க முடியும்?

முற்றும்.

www.ingramcontent.com/pod-product-compliance
Lightning Source LLC
LaVergne TN
LVHW010112170826
845678LV00012B/2367

* 9 7 8 8 1 9 8 3 9 6 6 5 5 *